瑞蘭國際

高級
越南語會話

TIẾNG VIỆT HỘI THOẠI CAO CẤP

潘氏清〈Phan Thị Thanh〉編著

C1-C2

　　東南亞的經濟體在 21 世紀初已成為世界上增長最快的經濟體之一。2008 年經歷了全球金融海嘯的慘痛教訓後,該地區各國為了爭取更多的外貿機會,開始轉變在製造業生產的網絡,尤其是越南的發展狀況,更令人刮目相看。在外資企業持續投資製造業的情況下,越南的經濟成長率持續攀升,並且在出口總額中,電子產業已超越紡織業,顯示出口部門的產業結構轉變。東南亞經濟體也在過去五年中呈現出驚人的增長,其 GDP 總和相當於世界第五大經濟體。

　　臺灣與越南雖然沒有正式的外交關係,但是兩國在經貿、投資、教育、社會的交流上至為緊密。其中因婚姻移民來臺的越南籍配偶已達數萬人之多,跨國婚姻新生兒出生人數逐年攀升,所謂新住民的第二代尤屬越南最多,從國小到大學學生人數高達數十萬人,是不容小覷的族群。

　　根據文化人類學家的觀點,語言作為文化的重要元素,不僅影響著一個人的思維方式和對生活世界的感知,更會影響一個人跨文化的交流能力。近代以來,語言更是文化的具體表現,透過語言的學習,不僅可以體會自己文化的內涵,同時也是跨文化認知和相互理解的有效管道。

　　國立政治大學因應全球發展的趨勢,於 2017 年創立東南亞語言與文化學士學位學程,首先以越南語組為起始,將語言學習作為核心,以文化社會專業知識作為輔助,並以加強東南亞區域整體發展的概念為課程設計方向。在各位教師的努力下,將依序出版《初級越南語》、《中級越南語》、《高級越南語》三本教科書,以及搭配的三本《初級越南語會話》、《中級越南語會話》、《高級越南語會話》,提供學生與社會有興趣學習越南語的人士運用。內容豐富,系統完整。雖然不盡完美,還請有識先進不吝指教。

國立政治大學

東南亞語言與文化學士學位學程主任

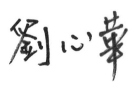

　　《高級越南語會話》是為國立政治大學東南亞語言與文化學士學位學程越南語組三年級學生所編撰的教材，用以銜接《中級越南語會話》。本教科書依照 iVPT（International Vietnamese Proficiency Test，國際越南語能力認證檢定）〈高級〉，以及 CEFR（Common European Framework of Reference for Language，歐洲語言共同參考架構）C1、C2 等級之程度編纂內容。本書的目標是為增強學習者的越南語能力，使其能夠以適當的架構、清晰的邏輯與嚴謹的表達方式來進行進階越南語口說訓練，並能舉一反三，應用在各種主題上。

本書內容

　　本書一共 12 課，教學時數約兩學期，共 72 節課，144 小時。每一課皆具備短文與會話，涵蓋當地產品、傳統職業、經濟發展、電視節目、文學作品、能源問題、風俗習慣、越南投資、外籍工作者等富有社會意義的主題。

　　作者參考了與主題相關之多項學術研究與報導以編撰本書，期盼能夠使學習者在各個主題的學習過程中獲得多方位的視野。書中透過「討論與主題相關的問題」、「閱讀與討論會話內容」、「分析情境與進行練習」等學習方式帶領學習者熟悉會話內容，相信學習者不僅能夠因此對於主題有更深刻的理解，也能積極地實踐語言之使用。

　　此外，本書另附標準北方口音之錄音檔，以加強學習者的聽力和發音，掃描封面 QR Code 即可下載。錄音檔包含 12 課的內容，其中有課前簡介、會話、詞彙、文法、例句和常用的歌謠與俗語，藉此學習者能夠發展 6 項語言技能（詞彙、文法、聽力、口說、閱讀和寫作），並可以從不同面向認識越南與世界，同時發展批判性思維。

　　本書以知識積累之導向作為架構，但內容順序並非依照難易度編排，因此教師與學習者不一定要從頭到尾依序使用本書，而是可以按照自身需要，以適合的順序自由使用。作者希望這本書能夠對越南語學習者帶來幫助，以及提供越南語教學領域的教師們參考。

　　雖然作者已盡力編寫，但本書必仍有待改進之處，歡迎各位先進以及學生們提供意見回饋，讓本教科書更加完善。

　　對於本書的出版，首先，我要向東南亞語言與文化學士學位學程主任劉心華教授對於本書所提供之大量協助與諮詢致上深深的感謝。

　　也衷心感謝陳氏蘭博士、裴光雄博士，兩位博士為本書提供專業的意見。此外，亦感謝黃素娥博士、陳芊慈女士、楊璧綺女士在文法中文的翻譯上提供協助，以及感謝參與政治大學高級越南語會話課程的我的學生們，他們提供的熱烈回饋為本書做出了很大貢獻。

　　還要特別感謝出版此書的出版社——瑞蘭國際有限公司的團隊、王愿琦社長、葉仲芸副總編輯在校閱過程中提供的專業幫助。

　　最後，我要向我的家人致上我最誠摯的謝意，感謝他們多年來對我的愛、關心和支持。

　　再次感謝國立政治大學外語學院、東南亞語言與文化學士學位學程與各位學生使我的教學更加精進，並完成這本書。

國立政治大學

東南亞語言與文化學士學位學程

潘氏清（Phan Thị Thanh）

　　每一課的架構包含：介紹與個人意見、聽力理解、會話、生詞、閱讀理解、詞彙練習、語法筆記、口語練習、寫作練習、常用的歌謠與俗語，跟著每一課的架構學習，就能完全掌握聽、說、讀、寫的C1-C2越南語實力。

介紹與個人意見

此部分當中的課前簡介與問題，是為了活化學習者之基礎知識能力與增添有關課程主題之詞彙量。透過討論與回答問題，教師亦可掌握學生的理解程度，進而適當地調整教學計畫。

會話

每一課皆包含一段2至3個人物之間的會話，長度約4分鐘，內容符合主題，深入且有趣。透過這些與實際生活貼近的會話內容，學習者能夠更深入理解有關越南的文化與知識。此外，學習者可透過音檔提升聽力能力，並進行聽說練習，如此一來將可達到越南語檢定C1-C2所需之自然口語速度。

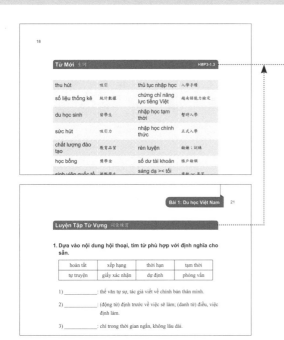

生詞和詞彙練習

本書課文中之生詞皆有中文翻譯。一些重要且常用的生詞在詞彙練習部分會有越南語的簡短解釋，學習者可透過造句與詞彙作業來進行練習，並藉此分辨近義詞、熟練地使用生詞。此外，也有課程延伸的部分，讓學習者列舉出與主題相關之詞彙，鼓勵學習者擁有主動自學與自讀之精神。

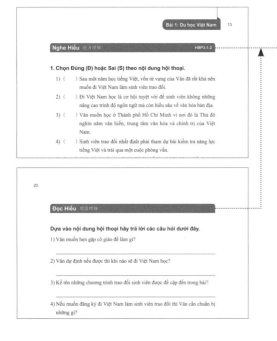

聽力理解和閱讀理解

包含是非題、客觀性問題與開放性問題，問題之設計乃為了培養學習者的聽力以及閱讀複雜會話內容的理解能力。部分閱讀問題與聽力內容的解答請見本書所附之練習題解答QR Code，學習者可自行下載參考使用，並檢視自身學習成效。

語法筆記

各文法皆自會話精心選錄出並附有詳細解釋說明，使學習者能夠習得各文法在寫作與口語中的使用方式。掌握本書46個文法，將可協助學習者奠定越南語寫作之穩固基礎。

練習

在每課最後有兩個實作的部分，包含「口語練習」與「寫作練習」。筆者特別介紹了許多有意義的討論主題，讓學習者練習越南語能力檢定中的口說與寫作部分。透過口語與寫作練習，學習者將可運用已學的文法，進而融會貫通。而豐富的造句與打字作業可幫助學習者發揮自身能力、運用已學內容，並查找資料來撰寫屬於自己的文章。

常用的歌謠與俗語

這部分會解釋出現於會話中或是與主題有關的歌謠與俗語，並介紹於不同場合時的具體用法。相信這些常用的歌謠與俗語將會幫助學習者更深刻理解越南文化，進而有效運用於實際交流中。

P Thanh

潘氏清（Phan Thị Thanh）

如何掃描 QR Code 下載音檔

1. 以手機內建的相機或是掃描 QR Code 的 App 掃描封面的 QR Code。
2. 點選「雲端硬碟」的連結之後，進入音檔清單畫面，接著點選畫面右上角的「三個點」。
3. 點選「新增至「已加星號」專區」一欄，星星即會變成黃色或黑色，代表加入成功。
4. 開啟電腦，打開您的「雲端硬碟」網頁，點選左側欄位的「已加星號」。
5. 選擇該音檔資料夾，點滑鼠右鍵，選擇「下載」，即可將音檔存入電腦。

目次

Bài 1

Du học Việt Nam

越南留學

Du học là một chủ đề hấp dẫn, thu hút sự chú ý của sinh viên khắp nơi trên thế giới. Theo số liệu thống kê, Việt Nam có khoảng gần 200 nghìn du học sinh đang theo học tại nước ngoài. Trong đó, các quốc gia có nhiều du học sinh Việt nhất là Nhật với khoảng

62 nghìn sinh viên, Hàn Quốc 37 nghìn, Mỹ 30 nghìn, Úc 24 nghìn và Canada 21 nghìn [1]. Sinh viên Việt chọn đi nước ngoài du học bởi sức hút của chất lượng đào tạo, môi trường học tập và học bổng. Đáng mừng, hiện cũng có khá nhiều sinh viên quốc tế chọn đến Việt Nam du học. Các trường đại học tại Việt Nam đang có khoảng 21 nghìn sinh viên nước ngoài theo học [2]. Sinh viên chủ yếu đến từ các nước như Canada, Úc, Hàn Quốc, Pháp, Lào, Campuchia và Trung Quốc.

1. Theo bạn, tại sao nhiều người lại chọn đi du học ở nước ngoài?

_____

_____

2. Bạn có biết thông tin về học bổng cho các chương trình trao đổi sinh viên của trường không?

_____

_____

3. Bạn nghĩ đâu là điều kiện cần để học tập ở nước ngoài?

_____

_____

1. Chọn Đúng (Đ) hoặc Sai (S) theo nội dung hội thoại.

1) (   ) Sau một năm học tiếng Việt, vốn từ vựng của Vân đã rất khá nên muốn đi Việt Nam làm sinh viên trao đổi.

2) (   ) Đi Việt Nam học là cơ hội tuyệt vời để sinh viên không những nâng cao trình độ ngôn ngữ mà còn hiểu sâu về văn hóa bản địa.

3) (   ) Vân muốn học ở Thành phố Hồ Chí Minh vì nơi đó là Thủ đô nghìn năm văn hiến, trung tâm văn hóa và chính trị của Việt Nam.

4) (   ) Sinh viên trao đổi nhất định phải tham dự bài kiểm tra năng lực tiếng Việt và trải qua một cuộc phỏng vấn.

5) (   ) Chi phí sinh hoạt tại các thành phố lớn ở Việt Nam thấp hơn ở Đài Bắc rất nhiều.

6) (   ) Theo cô giáo thì sinh viên vẫn nên dành thời gian cho học tập hơn là đi làm thêm.

7) (   ) Trợ lý khoa nói Vân cần đến gặp nhân viên Phòng Đào tạo có việc.

8) (   ) Để đăng ký các môn học tại Việt Nam thì Vân cần có chứng chỉ năng lực tiếng Anh.

2. Chọn đáp án đúng nhất theo nội dung hội thoại.

1) (   ) Vân muốn đi Việt Nam học bởi vì:

A. Vân muốn tìm hiểu nhiều hơn về thị trường Việt Nam để đầu tư

B. Vân đi đây đi đó để tìm hiểu văn hóa và thưởng thức ẩm thực

C. Vân cảm thấy ở trường không có nhiều cơ hội để thực hành tiếng Việt

D. Tất cả các đáp án trên

14

2) (　　) Thông tin về các chương trình trao đổi sinh viên có sẵn ở:

   A. Văn phòng của khoa

   B. Trang web của khoa và Phòng Hợp tác Quốc tế

   C. Trên Fanpage của khoa

   D. Tất cả các đáp án trên

3) (　　) Giấy tờ cần chuẩn bị khi nộp đơn xin đi Việt Nam học gồm:

   A. Đơn xin đi học

   B. Bản kế hoạch học tập và tự truyện

   C. Bảng điểm và giấy xác nhận xếp hạng trong khoa

   D. Tất cả các đáp án trên

4) (　　) Vân sang Việt Nam làm sinh viên trao đổi tại khoa nào?

   A. Khoa Kinh tế và Kinh doanh Quốc tế

   B. Khoa Tài chính – Ngân hàng

   C. Khoa Việt Nam học và Tiếng Việt

   D. Khoa Ngôn ngữ học

5) (　　) Tại sao trên hệ thống, trạng thái nhập học của Vân lại là "tạm thời"?

   A. Vì Vân chưa nộp học phí

   B. Vì Vân chưa có bằng tốt nghiệp

   C. Vì Vân chưa nộp chứng chỉ năng lực tiếng Việt

   D. Vì Vân chưa đăng ký môn học

Hội thoại 1: Hội thoại giữa sinh viên tên Vân và giáo viên ở trường học.

Giáo viên:	Mời vào!
Sinh viên:	Chào cô Thanh. Em đến xin hỏi cô một vài vấn đề. Hôm qua em có viết thư, hẹn trước với cô rồi ạ.
Giáo viên:	Ồ, Vân ngồi đi. Em hãy nói xem cô có thể giúp gì cho em nào?
Sinh viên:	Dạ thưa cô, em muốn hỏi về việc xin đi Việt Nam làm sinh viên trao đổi. Em cảm thấy sau hai năm học tiếng Việt, vốn từ của em đã khá tốt nhưng ở trường không có nhiều cơ hội để thực hành nên muốn đi Việt Nam học. Không biết trường mình có chương trình trao đổi sinh viên với những trường nào ở Việt Nam ạ?
Giáo viên:	Em muốn đi Hà Nội, Thành phố Hồ Chí Minh hay Đà Nẵng? Khi nào dự định sẽ đi?
Sinh viên:	Dạ nếu được thì năm sau em sẽ đi.
Giáo viên:	Rất tốt. Cô nghĩ đi Việt Nam sẽ là cơ hội tuyệt vời để em học hỏi, không chỉ nâng cao trình độ ngôn ngữ mà còn hiểu sâu về văn hóa bản địa. Trường ta có hợp tác với một số trường ở Việt Nam, có chương trình trao đổi một năm hoặc ngắn hạn trong một học kỳ. Đặc biệt, em còn có thể xin học bổng. Những thông tin này đều có trên trang web của khoa và Phòng Hợp tác Quốc tế. Em có thể tự lên mạng xem. Nếu muốn đăng ký, em hãy tải mẫu đơn xuống, điền và nộp cho Phòng Hợp tác Quốc tế.
Sinh viên:	Ôi tuyệt quá! Thưa cô, việc xin học bổng có khó không ạ?
Giáo viên:	Cái này còn phải xem kết quả học tập của người đăng ký. Nhưng cô nghĩ với em thì không có vấn đề gì. Em cũng cần chuẩn bị một bản kế hoạch học tập, tự truyện, xin bảng điểm và giấy xác nhận xếp hạng của em trong khoa nữa.

Sinh viên:	Sau khi chuẩn bị xong giấy tờ, bước tiếp theo em cần làm là gì ạ?
Giáo viên:	Em nhớ nộp tất cả các giấy tờ có liên quan về Phòng Hợp tác Quốc tế trước thời hạn quy định và đợi thông báo. Em có thể sẽ có một bài kiểm tra năng lực tiếng Việt và phỏng vấn.
Sinh viên:	Thưa cô, sinh hoạt phí ở Việt Nam có cao không ạ?
Giáo viên:	Chi phí sinh hoạt ở Việt Nam không cao. Hiện tại chúng ta có ba trường để em lựa chọn gồm: hai trường thuộc Đại học Quốc gia Hà Nội là Đại học Kinh tế và Đại học Xã hội và Nhân văn, và Đại học Kinh tế Đà Nẵng. Ba trường này đều nằm ở các thành phố lớn của Việt Nam nên chi phí sinh hoạt khá giống Đài Bắc, chỉ thấp hơn một chút.
Sinh viên:	Nếu không xin được học bổng, em có thể vừa học vừa dạy thêm tiếng Trung không?
Giáo viên:	Việt Nam có rất nhiều trung tâm dạy tiếng Trung nên nếu em muốn đi làm thêm sẽ không khó. Nhưng theo cô, em đang là sinh viên, vẫn nên dành thời gian cho học tập thì hơn.
Sinh viên:	Dạ em hiểu rồi. Cảm ơn cô ạ!

Hội thoại 2: Hội thoại giữa sinh viên và nhân viên Phòng Đào tạo.

Sinh viên:	Em chào thầy! Trợ lý khoa nói em cần đến gặp thầy.
Thầy giáo:	Chào em. Em là…
Sinh viên:	Thưa thầy, em là sinh viên mới, sang trao đổi tại Khoa Kinh tế và Kinh doanh Quốc tế.
Thầy giáo:	Chào mừng em đến với trường chúng tôi. Em tên là gì?
Sinh viên:	Dạ, em tên Trần Hải Vân.

Thầy giáo:	À, thầy thấy thông tin của em rồi. Em đợi một chút để thầy xem em còn thiếu giấy tờ gì... Theo danh sách thầy có thì em đã hoàn thành tất cả các thủ tục nhập học ngoại trừ việc nộp chứng chỉ năng lực tiếng Việt của em.
Sinh viên:	Thưa thầy, em có thể bổ sung chứng chỉ tiếng Việt vào tuần sau được không ạ? Do em đăng ký thi hơi muộn nên không kịp nhận chứng chỉ trước khi đi Việt Nam. Hiện mẹ em đã gửi sang và em sẽ nhận được nó vào thứ hai tuần sau.
Thầy giáo:	Nhưng… em không thể đăng ký môn học bằng tiếng Việt nếu chưa có chứng chỉ tiếng Việt trình độ B2.
Sinh viên:	Vậy bây giờ em phải làm thế nào ạ?
Thầy giáo:	Để thầy xem… Em có ảnh hoặc bản copy chứng chỉ tiếng Việt của mình ở đây không?
Sinh viên:	Dạ em có ảnh. Nó đây ạ.
Thầy giáo:	Thôi được. Em hãy gửi ảnh này cho thầy. Thầy sẽ dùng nó để nhập thông tin vào hệ thống cho em trước. Khi đó, trên hệ thống em sẽ ở trạng thái "nhập học tạm thời". Dù sao thì đây cũng là cách tốt nhất vào lúc này. Năm phút nữa em có thể đăng ký môn học rồi nhé.
Sinh viên:	Thật tuyệt! Em sẽ nộp chứng chỉ cho thầy ngay khi nhận được ạ.
Thầy giáo:	Tốt! Sau khi nhận được chứng chỉ, thầy sẽ lập tức chuyển trạng thái nhập học của em sang "chính thức". Bây giờ em có thể quay lại văn phòng khoa, tiếp tục quá trình đăng ký của mình rồi.
Sinh viên:	Vâng. Em cảm ơn sự giúp đỡ của thầy ạ!

18

thu hút	吸引	thủ tục nhập học	入學手續
số liệu thống kê	統計數據	chứng chỉ năng lực tiếng Việt	越南語能力檢定
du học sinh	留學生	nhập học tạm thời	暫時入學
sức hút	吸引力	nhập học chính thức	正式入學
chất lượng đào tạo	教育品質	rèn luyện	鍛鍊；訓練
học bổng	獎學金	số dư tài khoản	帳戶餘額
sinh viên quốc tế	國際學生	sáng dạ >< tối dạ	靈敏 >< 愚笨
Lào	寮國	ghi lòng tạc dạ	刻骨銘心
sinh viên trao đổi	交換學生	thay lòng đổi dạ	三心二意
Phòng Hợp tác Quốc tế	國際合作處	một lòng một dạ	一心一意
lên mạng	上網	mát lòng mát dạ	欣慰；沁人心脾
mẫu đơn	表單；格式	bụng bảo dạ	心想；告訴自己
tải xuống	下載	áo dạ	大衣
tải lên	上傳	tiếng súng	槍聲
bản kế hoạch học tập	學習計畫書	baba rang muối	鹽烤鱉
tự truyện	自傳	ấn tượng	印象
bảng điểm	成績單	công ty vừa và nhỏ	中小型企業
giấy xác nhận	證明單；證明書	nhẹ dạ cả tin	耳軟心活；聽信（多指不正確的話或消息）
xếp hạng	排名	đa nghi	多疑

có liên quan	有關聯；相關	tiền mất tật mang	賠了夫人又折兵
phỏng vấn	訪問；訪談	màu cờ sắc áo	用於體育競賽，以國旗顏色和運動員的賽服象徵民族名譽、精神。

Đọc Hiểu 閱讀理解

Dựa vào nội dung hội thoại hãy trả lời các câu hỏi dưới đây.

1) Vân muốn hẹn gặp cô giáo để làm gì?

_____

2) Vân dự định nếu được thì khi nào sẽ đi Việt Nam học?

_____

3) Kể tên những chương trình trao đổi sinh viên được đề cập đến trong bài?

_____

4) Nếu muốn đăng ký đi Việt Nam làm sinh viên trao đổi thì Vân cần chuẩn bị những gì?

_____

5) Hồ sơ xin đi học phải được nộp khi nào và cho ai?

_____

6) Hiện có mấy trường đại học ở Việt Nam có chương trình trao đổi sinh viên với trường của Vân? Hãy kể tên.

_____

7) Để đăng ký các môn học bằng tiếng Việt thì sinh viên cần có chứng chỉ gì?

_____

Luyện Tập Từ Vựng 詞彙練習

1. Dựa vào nội dung hội thoại, tìm từ phù hợp với định nghĩa cho sẵn.

hoàn tất	xếp hạng	thời hạn	tạm thời
tự truyện	giấy xác nhận	dự định	phỏng vấn

1) _____ : thể văn tự sự, tác giả viết về chính bản thân mình.

2) _____ : (động từ) định trước về việc sẽ làm; (danh từ) điều, việc định làm.

3) _____ : chỉ trong thời gian ngắn, không lâu dài.

4) _____ : xếp vào thứ hạng theo một tiêu chuẩn nào đó.

5) _____ : làm xong hoàn toàn, hoàn thành tất cả.

6) _____ : khoảng thời gian xác định khi làm một công việc nào đó.

7) _____ : giấy tờ công nhận sự tồn tại, tầm quan trọng hoặc chất lượng của một cái gì đó.

8) _____ : quá trình tiếp xúc và trao đổi giữa người xin việc và nhà tuyển dụng; hay quá trình hỏi ý kiến của một nhân vật nào đó (chính trị gia, chuyên gia, bác sĩ,...) để công bố trước dư luận.

2. Chọn từ phù hợp để điền vào chỗ trống.

1) (　　) Các trường đại học thường _____ sinh viên dựa trên hai yếu tố là kết quả học tập và kết quả rèn luyện.

A. xếp hàng　　　　　　B. xếp hạng

C. xếp bằng　　　　　　D. xếp dỡ

2) (　　) Do ảnh hưởng của bệnh dịch, các kế hoạch trao đổi sinh viên của trường trong kỳ này _____ bị hoãn lại chờ thông báo mới của Bộ Giáo dục.

A. tạm thời　　　　　　B. tạm biệt

C. tạm thu　　　　　　D. tạm hoãn

3) (　　) Là một phần tất yếu trong bộ hồ sơ ứng tuyển, _____ có thể ảnh hưởng tới việc học và cả công việc trong tương lai của bạn.

A. tự chủ　　　　　　B. tự cao

C. tự truyện　　　　　D. tự hào

4) (　　) Em muốn xin _____ số dư tài khoản ngân hàng để làm thủ tục xin visa du học nước ngoài.

A. giấy xác nhận　　　　B. giấy chứng nhận

C. giấy chứng minh　　　D. cả A / B / C

5) (　　) Anh ấy đã chuẩn bị tốt mọi thứ cho buổi _____ xin việc quan trọng này nên chúng tôi tin rằng anh ấy nhất định sẽ thành công.

A. phỏng đoán　　　　　B. phỏng vấn

C. phỏng chừng　　　　D. phỏng độ

6) (　　) Tôi _____ sau khi tốt nghiệp sẽ đi Việt Nam làm việc một vài năm.

A. dự chi　　　　　　B. dự báo

C. dự định　　　　　　D. dự cảm

7) （　　） Báo cáo cô, em đã _____ mọi thủ tục và sẽ sang Đại
học Quốc gia Hà Nội vào đầu tháng sau ạ.

    A. hoàn tất   B. hoàn thành

    C. làm xong   D. cả A / B / C

3. Viết thêm các từ liên quan đến các danh mục dưới đây.

Du học:

_____

_____

_____

Từ chỉ cách nói lịch sự:

_____

_____

_____

---

1. dạ / thưa / dạ thưa / thưa với 「禮貌地回應或說話」

◉ Dạ thưa cô, em đã xin được học bổng ASEAN rồi ạ.

老師，我已經申請到東協獎學金了。

Giải thích 語法說明

– "dạ" được dùng trong giao tiếp để mở đầu câu nói hoặc đáp lại lời gọi một cách lễ phép.

–「dạ」用於禮貌性地開啟話語或回應呼叫。

– thưa + danh từ: từ mở đầu, được dùng để tỏ thái độ trân trọng, lễ phép khi nói trước đám đông hoặc với người trên.

– thưa + danh từ：開頭語，用來在眾人或長輩面前表達尊重、禮貌的態度。

– dạ thưa / thưa với + danh từ: trình bày trân trọng, lễ độ bằng lời khi nói với người trên.

– dạ thưa / thưa với + danh từ：用來表示對長輩尊重、禮貌之意。

Ví dụ

· Dạ, em đã hiểu. Xin cảm ơn cô.

· Thưa thầy, thưa các bạn! Hôm nay em xin được giới thiệu về chủ đề "dân số Việt Nam".

· Dạ thưa các cụ, các ông các bà, con đã từng ở Đài Loan 6 năm nên con có hiểu đôi chút về thủ tục trong đám cưới ở đó.

· Con có chút việc muốn thưa với mẹ. Bây giờ mẹ có thời gian chứ ạ?

· _____

_____

Chú ý

1.1. **Dạ còn là danh từ, mang một số nghĩa khác như sau:**（Dạ 也為名詞，有以下其他意義：）

- Chỉ bụng của người.（指人的腹部，儲存與消化食物或懷胎的地方。）

Ví dụ: bụng mang dạ chửa（懷孕、大肚子），no dạ（肚子撐、飽），

tốt dạ（腸胃健康），ấm dạ（暖胃），v.v.

- Nghĩa bóng: biểu tượng cho khả năng ghi nhớ; tình cảm, thái độ của con người.（引申義：記憶能力的象徵；人的情感、態度的象徵。）

Ví dụ: sáng dạ（靈敏），tối dạ（愚笨），ghi lòng tạc dạ（刻骨銘心），

mặt người dạ thú（人面獸心），thay lòng đổi dạ（三心二意）

>< một lòng một dạ（一心一意），mát lòng mát dạ（沁人心脾），

bụng bảo dạ（告訴自己），v.v.

- Tên một loại vải.（羊毛製的厚紡織品，會混合其他種類的毛線。）

Ví dụ: quần dạ（西裝褲），áo dạ（大衣），chăn dạ（毯子），mũ dạ（絨毛氈帽），v.v.

1.2. **Thưa ngoài là động từ dùng để tỏ thái độ trân trọng, lễ phép khi nói trước đám đông hoặc với người trên thì "thưa" còn là tính từ mang nghĩa:**（Thưa 除了當動詞用來在眾人或長輩面前表達尊重、禮貌的態度，也作為形容詞，意思為：）

- Số lượng ít và cách xa nhau về mặt khoảng cách.（表示少量，或持有一定的距離。）

Ví dụ: răng thưa（牙縫大），rào thưa（籬笆寬度大），chợ đêm thưa người（夜市人較少），v.v.

- Ít xảy ra, mỗi lần cách nhau lâu về mặt thời gian.（表示很少發生，或發生的次數相隔時間比較久。）

Ví dụ: thưa đến chơi（較少來玩），triệu chứng thưa dần（症狀慢慢減少），tiếng súng thưa dần（槍聲響相隔的時間較久），v.v.

2. không chỉ... mà còn... 「不但……還……」

⊙ Quán ăn này không chỉ có nhiều món ăn ngon mà còn có thể vừa ăn vừa ngắm toàn cảnh thành phố.

這間餐館不但有許多美味的食物，還可以邊吃邊欣賞城市的全景。

Giải thích 語法說明

– Ngữ pháp này được dùng khi nội dung nhắc đến có hai hay nhiều yếu tố và các yếu tố có mức độ quan trọng ngang nhau.

Trong văn nói, cuối câu có thể thêm từ "nữa" để nhấn mạnh ý "mà còn". Bạn hãy chú ý để phân biệt một số mẫu câu tương tự và gần nghĩa như: "không những... mà còn... / không chỉ + A + mà cả + B" để thể hiện "không chỉ A mà B cũng...", hay "cả A và B đều...".

– 本句型用於提及兩個或兩個以上的要素，且各個要素皆具有相當重要的程度。在口語中，句尾可以加上「**nữa**」來強調「**mà còn**」的意思。請注意以下幾個相似的例句：「**không những... mà còn...**（不但……還……）/ **không chỉ + A + mà cả + B**（不僅……還有……）」用來表達「**không chỉ A mà B cũng...**（不僅 A……，而 B 也 ……）」或「**cả A và B đều...**（A 和 B 都……）」。

Ví dụ

· Nhạc Pop Hàn Quốc không chỉ được giới trẻ Hàn Quốc ưa thích mà còn nổi tiếng ở cả nước ngoài nữa.

· Bạn cùng phòng của tôi không những thông minh mà còn vui tính nữa.

· Trò chơi điện tử này rất nổi tiếng nên không chỉ người lớn mà cả trẻ nhỏ cũng thích chơi.

· _____

3. thôi được「好吧」

⦿ Thôi được. Chị sẽ giảm 100 triệu, bán cho em căn nhà này với giá 3 tỷ rưỡi.

好吧。我便宜一億（越南盾），這棟房子賣你三百五十億。

| Giải thích 語法說明 | – "thôi được" là một cách nói để thể hiện sự đồng ý, mang nghĩa "chấp nhận một cách miễn cưỡng". |

Trong cuộc trò chuyện hàng ngày, cuối câu có thể thêm "rồi" để câu nói nhẹ nhàng và khiến người nghe dễ chịu hơn.

–「thôi được」是一種表達同意的用法，有「勉強接受」的意思。
在日常溝通中，句尾可以加上「rồi」，讓語句變得輕柔，聽者感覺會比較舒服。

Ví dụ

· Thôi được rồi. Nếu em không muốn ăn lẩu thì chúng mình đi ăn món baba rang muối nhé.

· **Con:** Mẹ ơi, con làm xong bài tập rồi ạ. Xin phép mẹ, con sang nhà bạn Hải chơi một lúc nhé?

Mẹ: Thôi được rồi. Con đi đi nhưng nhớ về trước sáu giờ còn ăn cơm.

· _____

· _____

· _____

3.1. "Thôi được rồi!" còn được dùng khi bạn muốn giảm bớt một cuộc nói chuyện căng thẳng. Nó nghĩa là "Được rồi. Tôi không muốn nói thêm nữa".

（當我們想要直接地打斷某段對話時，也可以使用「Thôi được rồi!」。意思為「算了！我不想再多說了！」。）

Ví dụ
- Thôi được rồi! Em nói gì cũng đúng. Chúng ta cứ làm theo ý em đi!
- Thôi được rồi! Vấn đề này chúng ta để bàn sau đi.

3.2. Ngoài "thôi được", người Việt còn dùng "được thôi" để thể hiện có một chút không thoải mái khi đồng ý. Cách nói này thường khiến người nghe nghĩ rằng bạn không thực sự muốn làm điều đó.

（除了「thôi được」，越南人還會使用「được thôi」（好、好吧、當然）來表達雖同意但感覺有點不舒服、不開心的意思。該用法常讓聽者認為說話者不是真的想要做那件事。）

Ví dụ
- A: Bạn cho tôi mượn xe máy của bạn nhé?

  B: Được thôi nhưng phải trả lại tôi trước 5 giờ chiều đấy.
- A: Ngày mai anh phải đến nhé!

  B: Được thôi.

- _____

  _____

- _____

  _____

- _____

  _____

4. dù sao thì... cũng / vẫn / cũng vẫn...「無論如何……都／還是……」

⊙ Dù sao thì anh vẫn nên hỏi ý kiến của chị ấy trước khi ra quyết định.

無論如何，在做出決定前你還是得先徵詢她的意見。

Giải thích 語法說明

— Cấu trúc này nhấn mạnh nghĩa trong mọi trường hợp, dù bất kể điều gì xảy ra thì kết quả vẫn không thay đổi. Ngoài ra, chúng ta có thể thay từ để hỏi "sao" bằng một số từ để hỏi khác như "ai, gì, đâu, thế nào".

— 此句型用來強調在任何狀況下，不論發生什麼事，結果都不會改變。另外，也可以用一些疑問詞，例如「ai, gì, đâu, thế nào」（誰、什麼、哪裡、怎麼樣）來替換「sao」（如何）。

Ví dụ

· Dù anh có nói gì thì chúng tôi cũng không tin.

· Dù có ở đâu thì chúng tôi cũng cố gắng thu xếp thời gian về nhà ăn tết cùng gia đình.

Chú ý

Cụm từ "đi chăng nữa" có thể thêm đằng sau "ai, gì, đâu, thế nào" để nhấn mạnh ý nghĩa "anyway". (片語「đi chăng nữa」可以加在「ai, gì, đâu, thế nào」後方，強調「無論如何」之意。)

Ví dụ

· Dù anh có nói gì đi chăng nữa thì chúng tôi cũng không tin.

· _____

· _____

Luyện Nói 口語練習

1. Hãy dùng ngữ pháp đã học "dạ / thưa / dạ thưa" và "thôi được" để hoàn thành đoạn hội thoại.

Ví dụ

Thầy: Tại sao bài kiểm tra lần này của em lại đạt điểm thấp như vậy. Em đang gặp vấn đề gì phải không?

Hà: Dạ thưa thầy, em thật sự xin lỗi vì thời gian qua gia đình em có chút chuyện buồn. Em hứa với thầy, em sẽ cố gắng học và chuẩn bị thi cuối kỳ thật tốt ạ.

1) *Bộ trưởng:* Các đồng chí đã sẵn sàng lên đường tham dự Olympic. Tôi mong các đồng chí sẽ luôn thể hiện tinh thần dũng cảm, đoàn kết và nỗ lực hết mình vì màu cờ sắc áo.

   Vận động viên: _____

   _____

2) *Giám đốc:* Tôi đã xem qua hồ sơ của em. Thành tích học tập của em thực sự ấn tượng, nhưng em có thể nói một chút về lý do em muốn xin vào một công ty vừa và nhỏ như công ty chúng tôi không?

   Hà: _____

   _____

3) *Bố:* Anh ra trường đi làm ổn định rồi thì nhanh nhanh mà cưới vợ đi. Mẹ anh thèm cháu bế lắm rồi!

   Tiến: _____

   _____

4) *Mẹ:*   Con xin phép mẹ đi học nhóm với Mai mà lại đến rạp chiếu phim với ai đây? Mẹ cần lời giải thích.

    Hoa: _____

                       _____

5) *Bà nội:*   Hành động và cách nói chuyện vừa rồi của cháu với em gái làm bà thấy thất vọng. Hai chị em từ nhỏ vốn rất thương nhau cơ mà.

    Hoa: _____

                       _____

6) *Anh Nam:*   Anh thấy Hải là người tốt bụng và luôn nhiệt tình giúp đỡ mọi người. Một người như cậu ấy chắc chắn có nhiều bạn bè ở bên ngoài, em cũng không nên đa nghi quá.

    Em Mai: _____

                       _____

8) *Bà chủ:*   Trên mạng thường xuất hiện rất nhiều thông tin thiếu tin cậy về các loại thuốc bổ, thuốc giảm cân hay mỹ phẩm làm đẹp. Cháu không nên **nhẹ dạ cả tin** lại thành **tiền mất tật mang** thì khổ.

    Nhân viên: _____

                       _____

2. Dùng các mẫu câu ở phần ngữ pháp để tiến hành hội thoại theo nhóm.

Lần thứ nhất: Hai sinh viên tạo thành một nhóm, thực hành hội thoại về chủ đề "phỏng vấn du học". Một sinh viên vào vai giáo viên, một sinh viên vào vai người đi phỏng vấn và bắt đầu hội thoại theo trình tự:

1) Giới thiệu bản thân

2) Trình bày lý do bạn muốn đi du học

3) Giáo viên đặt câu hỏi

4) Sinh viên trả lời

Lần thứ hai: Thay đổi thành viên giữa các nhóm và tiếp tục thực hành hội thoại.

3. Làm quen và tạo một hội thoại ngắn với các từ liên quan đến trường học ở Việt Nam.

Văn phòng trường	學校辦公室	Phòng thể dục dụng cụ	體育室；體操室
Phòng Đào tạo	教務處	Hội trường	禮堂
Phòng Công tác Sinh viên	學務處	căng tin / nhà ăn	福利社；學校餐廳
Phòng Hành chính	總務處	máy chiếu	投影機
Phòng Giáo viên	導師室；教師室	bảng thông báo	公告欄
Phòng Kế toán	會計室	hành lang	走廊
Phòng Bảo vệ	警衛室	cầu thang	樓梯
Phòng Y tế	保健室；健康中心	thang máy	電梯
Phòng Thí nghiệm	實驗室	giáo viên hướng dẫn	導師
Phòng Tin học	電腦教室	giáo viên bộ môn	任課老師

Luyện Viết 寫作練習

1. Dùng một trong các cấu trúc "không chỉ... mà còn..." ; "không những... mà còn..." ; "không chỉ A mà cả B" ; "không chỉ A mà B cũng... " **và các từ cho sẵn để viết thành câu hoàn chỉnh.**

1) cơn bão rất mạnh / nghỉ học nghỉ làm / di chuyển người dân

_____

_____

2) phong trào từ thiện / người có điều kiện / giới trẻ / giúp người khó khăn

_____

_____

3) quan hệ ngoại giao / Đài Loan / ổn định chính trị / phát triển kinh tế

_____

_____

4) đất nước / có tài có đức / đoàn kết / khó mấy cũng xong

_____

_____

5) bệnh ung thư / căn bệnh khó chữa / bệnh khủng khiếp nhất

_____

_____

2. Dùng cấu trúc "dù... thì... cũng / vẫn / cũng vẫn..." để hoàn thành câu.

1) Dù sao thì ngôi trường nổi tiếng đã trên 100 năm tuổi này _____

_____

2) Ngày mai biết điểm kỳ thi đại học rồi, dù kết quả thế nào thì _____

_____

3) Để tìm phương án giải quyết vấn đề nan giải này, dù _____

_____

4) Ngành công nghiệp quốc phòng của Việt Nam dù phát triển thế nào ____

_____

5) Dù thị trường chứng khoán _____

_____

6) Dù vận động viên cầu lông của chúng tôi chỉ đạt huy chương đồng thì __

_____

7) Dù người lao động đến từ đâu và mang quốc tịch nào thì _____

_____

3. Đặt câu với những từ và ngữ pháp cho sẵn.

1) mẫu đơn: _____

_____

2) hoàn tất: _____

_____

3) một lòng một dạ: _____

_____

4) bụng bảo dạ: _____

_____

5) đa nghi: _____

_____

6) sáng dạ: _____

_____

4. Viết và thảo luận

1) Sưu tầm một vài hình ảnh hoặc một video (5-10 phút) về chủ đề du học. Hãy đưa ra nhận xét và ý kiến cá nhân.

2) Theo bạn, đâu là những khó khăn có thể gặp phải khi đi du học và cách giải quyết (nếu có).

3) Hãy tưởng tượng: "Bạn nhận được một bức thư từ người bạn thân tên Hải, đang du học ở Anh. Hải đang buồn vì trình độ tiếng Anh của mình còn kém nên học không hiệu quả. Bạn ấy muốn trở về Việt Nam nhưng sợ nếu về thì bố mẹ sẽ giận và thất vọng về mình. Hải muốn nhận được lời khuyên từ bạn." Bạn hãy viết một bức thư trả lời Hải.

Du học nước ngoài và đào tạo toàn cầu

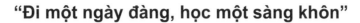

Ca Dao và Tục Ngữ Thường Dùng 常用的歌謠與俗語   ▶MP3-1.5

"Đi một ngày đàng, học một sàng khôn"

1. **"Đàng"**: từ cũ, nghĩa là "đường". Ví dụ: "Lên đàng" là một bài hát nổi tiếng đối với học sinh, sinh viên Việt Nam.

2. **"Sàng"** là một vật dụng quen thuộc được làm từ tre, người xưa dùng để sàng gạo hoặc đựng các vật dụng sinh hoạt hàng ngày.

3. **"Khôn"** chỉ trí khôn, kiến thức hay sự hiểu biết.

Câu tục ngữ này mang nghĩa: nếu chúng ta đi thêm một "ngày đường", chúng ta sẽ học thêm được nhiều điều bổ ích, ví như một "sàng khôn" cho bản thân. Người xưa muốn dùng câu tục ngữ này để khích lệ tinh thần ham học, chủ động khám phá thế giới của con người, đặc biệt là giới trẻ. Càng đi nhiều, bạn sẽ học hỏi được càng nhiều, mở mang được tầm mắt và kiến thức cho bản thân mình.

Tài Liệu Tham Khảo 參考資料

[1] Thùy Linh (2020). Khoảng 190.000 sinh viên Việt Nam đang học tập ở nước ngoài. Tạp chí điện tử Giáo dục Việt Nam.

https://giaoduc.net.vn/giao-duc-24h/khoang-190-000-sinh-vien-viet-nam-dang-hoc-tap-o-nuoc-ngoai-post210991.gd.

[2] Quế Sơn (2020). Có khoảng 21.000 sinh viên nước ngoài đang học tập tại Việt Nam. Báo Tiền Phong.

https://svvn.tienphong.vn/co-khoang-21-000-sinh-vien-nuoc-ngoai-dang-hoc-tap-tai-viet-nam-post1289781.

Bài 2

Sản vật địa phương

當地產品

Giới Thiệu và Ý Kiến Cá Nhân 介紹與個人意見　▶MP3-2.1

Sản vật địa phương đóng vai trò quan trọng trong quá trình phát triển ngành nông nghiệp và du lịch của Việt Nam. Các sản phẩm nổi tiếng như: cà phê, gạo, chè, hạt điều và thủy hải sản mang thương hiệu Việt đã khẳng định được vị trí của mình trên thị trường trong nước  và quốc tế [1]. Nhiều sản phẩm quý với đặc trưng về địa lý, phương pháp sản xuất, chất lượng và danh tiếng đã được người dân đăng ký quyền sở hữu trí tuệ. Điều này không chỉ mang lại lợi ích kinh tế lâu dài cho người dân mà còn góp phần gìn giữ những giá trị văn hóa truyền thống, giúp phát triển ngành du lịch. Về phía người tiêu dùng, việc sử dụng những sản phẩm có thương hiệu cũng tránh được rủi ro từ việc mua phải hàng giả, hàng kém chất lượng.

1. Hãy kể tên những sản vật nổi tiếng của Đài Loan.

_____

_____

2. Theo bạn, ngành nông nghiệp có vai trò như thế nào trong nền kinh tế và ảnh hưởng gì đến cuộc sống của chúng ta?

_____

_____

3. Chính phủ và người dân có thể làm gì để phát huy thế mạnh vùng miền dựa trên những sản vật hiện có?

_____

_____

Nghe Hiểu 聽力理解   ▶MP3-2.2

1. Chọn Đúng (Đ) hoặc Sai (S) theo nội dung hội thoại.

1) （   ） Vân đến lớp sớm để chọn cho mình chỗ ngồi đẹp và ôn bài trước giờ học.

2) （   ） Thời tiết Hà Nội thay đổi thất thường nên cả Nam và Vân đều bị ốm.

3) （   ） Nam nghĩ Vân chưa biết quả vú sữa nên mua cho Vân.

4) （   ） Khi nhớ nhà, Vân thường đến quầy hàng Đài Loan trong siêu thị, uống trà sữa và đi ăn lẩu.

5) （   ） Vân mời Nam đi ăn để cảm ơn Nam đã tìm giúp nhà trọ cho mình.

6) （   ） Vân xem thời sự và bất ngờ khi thấy sản phẩm điện tử là mặt hàng xuất khẩu chiếm thị phần cao nhất của Việt Nam sang Đài Loan.

7) （   ） Giá trị hàng nhập khẩu từ Đài Loan vào Việt Nam cao gấp hơn bốn lần giá trị hàng xuất khẩu.

8) （   ） Việt Nam dài rộng, mỗi vùng miền đều có những đặc sản khác nhau.

9) （   ） Đi du lịch ở các tỉnh phía Nam, du khách có thể thưởng thức hoa quả tươi tại các miệt vườn.

2. Chọn đáp án đúng theo nội dung hội thoại.

1) （   ） Tại sao hôm nay giọng của Vân lại hơi khác?

A. Vân cổ vũ bóng đá nên mất giọng

B. Vân khóc vì nhớ nhà nên mất giọng

C. Vân bị ốm lên mất giọng

D. Vân cắt amidan nên mất giọng

2) （　　）Câu nói của nhân vật Nam "mắt lại sáng cả lên rồi kìa" để nhấn mạnh điều gì?

    A. Vân yêu cái đẹp nên nhìn thấy trai đẹp là mắt sáng cả lên

    B. Vân có tâm hồn ăn uống nên nói đến ăn là mắt sáng cả lên

    C. Vân nhận được thông báo có học bổng nên rất vui

    D. Bao gồm tất cả các đáp án trên

3) （　　）Các doanh nghiệp Việt đã làm gì để phát triển ngành công nghiệp điện tử?

    A. Mua lại công nghệ sản xuất của các ông lớn

    B. Đầu tư mạnh để thu hút nhân tài từ nước ngoài

    C. Đẩy mạnh liên kết với các doanh nghiệp FDI trong lĩnh vực điện tử

    D. Bao gồm tất cả các đáp án trên

4) （　　）Sapa nổi tiếng với loại hoa quả nào?

    A. Đặc sản mận tam hoa

    B. Đặc sản đào

    C. Đặc sản măng cụt

    D. Đặc sản nhãn lồng

5) （　　）Vân nói dù chỉ học ở Việt Nam một năm nhưng cô ấy nhất định sẽ:

    A. Đi du lịch ở thật nhiều nơi từ Bắc vào Nam

    B. Sẽ học thật tốt tiếng Việt

    C. Tìm một công việc thích hợp sau khi tốt nghiệp

    D. Thử tất cả các loại hoa quả mà Nam giới thiệu

Hội Thoại 會話　▶MP3-2.2

Hội thoại giữa hai sinh viên trước giờ học môn Thương mại quốc tế. Bảo Nam là chàng sinh viên gốc Hà Nội, còn Hải Vân là cô sinh viên người Đài Loan sang Việt Nam làm sinh viên trao đổi.

Bảo Nam:	Chào Vân. Mình cứ nghĩ sẽ là người đầu tiên đến lớp ai ngờ bạn còn tới sớm hơn mình.
Hải Vân:	Chào Nam. Bạn dạy mình "ăn cỗ đi trước, lội nước theo sau" mà. Mình đi sớm để chọn chỗ ngồi đẹp và tiện ôn bài trước giờ học luôn.
Bảo Nam:	Sao hôm nay giọng của bạn hơi khác. Bạn bị cảm à?
Hải Vân:	Mình chỉ còn ho một chút thôi. Hai hôm trước mình bị sốt và mất tiếng nhưng mình đi khám và uống thuốc nên đỡ rồi.
Bảo Nam:	Bạn phải cẩn thận. Thời tiết Hà Nội mùa này rất lạnh và ẩm nên dễ ốm lắm. Hôm nay mình có quà cho bạn đây.
Hải Vân:	Ồ quả này là quả gì vậy? Mình chưa thấy bao giờ ta?
Bảo Nam:	Đây là quả vú sữa, một loại quả được trồng nhiều ở miền Nam Việt Nam. Bạn mới sang có thể chưa biết quả này nên mình đặc biệt mua cho bạn đấy.
Hải Vân:	Bạn thật tốt! Cảm ơn nha! Mà nghĩ đến hoa quả, bây giờ mình lại thèm ăn món dứa kìa. Dứa của Đài Loan vừa to vừa thơm. Ăn rất ngon.
Bảo Nam:	Mình cũng nghe nói Đài Loan rất nổi tiếng với món bánh dứa. Ở siêu thị đối diện trường cũng có bán bánh này. Để tan học mình chạy đi mua cho bạn.

Hải Vân:	Thôi thôi thôi, không cần đâu. Bạn hại mình lại nhớ nhà rồi! Bạn biết không, quê nội mình ở Hoa Liên, nơi đó không chỉ có phong cảnh đẹp, khí hậu dễ chịu mà còn là nơi trồng lúa và dưa hấu ngon nhất Đài Loan. Quả dưa ở đây siêu to khổng lồ và ăn rất ngọt.
Bảo Nam:	Theo mình được biết thì ngoài dứa và dưa hấu, Đài Loan còn nổi tiếng với chuối, mãng cầu và xoài. Những loại quả này đều có nhập khẩu vào Việt Nam.
Hải Vân:	Chính vì thế mà mỗi khi nhớ nhà mình thường vào siêu thị, uống một cốc trà sữa, đi dạo ở quầy hàng Đài Loan, mua ít hoa quả,… rồi về Trần Duy Hưng ăn một nồi lẩu chính hiệu quê hương.
Bảo Nam:	Trời ơi, đúng là tâm hồn ăn uống có khác. Nói đến ăn là mắt lại sáng cả lên rồi kìa. Mà sao mình không biết vụ Trần Duy Hưng nhỉ. Đi ăn mảnh đúng không?
Hải Vân:	Đâu có, đâu có. Ở đó có một quán ăn tên "Mỳ Đài Loan". Khi nào bạn có thời gian mình sẽ mời bạn, cũng là cảm ơn bạn đã dạy mình rất nhiều từ lóng tiếng Việt. Quán này đảm bảo rất "xịn sò" nha, chắc chắn không làm bạn thất vọng.
Bảo Nam:	Haha học trò ứng dụng được đấy. Thế bài tập "thầy" giao "tìm hiểu về các sản phẩm nổi tiếng của Việt Nam", em tìm hiểu đến đâu rồi?
Hải Vân:	Dạ thưa thầy, em phát hiện ra một số sản phẩm nổi tiếng của Việt Nam gồm: hàng nông sản, hàng dệt may và giày dép. Nhưng thật bất ngờ, hôm qua em có đọc một bài báo và phát hiện trong danh sách những mặt hàng xuất khẩu của Việt Nam sang Đài Loan thì sản phẩm điện tử và linh kiện lại chiếm thị phần cao nhất [2]. Em nhớ tổng giá trị xuất khẩu 4 tháng đầu năm vào Đài Loan lên đến 1,4 tỷ USD.

Bảo Nam:	Đúng rồi! Mấy năm gần đây các doanh nghiệp Việt đang đẩy mạnh liên kết với doanh nghiệp FDI trong phát triển ngành công nghiệp điện tử. Mà Vân biết không, giá trị hàng Đài Loan nhập khẩu vào Việt Nam còn gấp hơn bốn lần giá trị hàng xuất khẩu cơ đấy.
Hải Vân:	Ồ, vậy là Việt Nam nhập siêu từ Đài Loan khá nhiều nhỉ. Mình còn tìm hiểu được một vài loại trái cây nổi tiếng là đặc sản vùng miền như: đào Sapa, mận tam hoa Lào Cai, na Lạng Sơn, cam sành Hà Giang, vải thiều Thanh Hà – Hải Dương, nhãn lồng Hưng Yên và bưởi Diễn – Hà Nội.
Bảo Nam:	Việt Nam dài rộng, mỗi vùng miền đều có những đặc sản khác nhau. Bạn vừa nhắc đến đặc sản của miền Bắc. Miền Nam cũng có nhiều loại hoa quả ngon như: thanh long Bình Thuận, nho Ninh Thuận, măng cụt Bến Tre, xoài Cần Thơ, bưởi năm roi Vĩnh Long, sầu riêng Đồng Nai, bơ Đak Lak, v.v. Nếu có dịp đi du lịch miền Nam, bạn có thể thưởng thức hoa quả tươi tại các miệt vườn và mua về làm quà cho bạn bè nhé.
Hải Vân:	Trời, hoa quả của Việt Nam thật phong phú. Tiếc là mình chỉ học ở Việt Nam có một năm! Nhưng mình nhất định sẽ thử tất cả các loại hoa quả này.
Bảo Nam:	À, có 2 câu thành ngữ thường dùng liên quan đến hoa quả mà bạn nên học là: "vỏ quýt dày đã có móng tay nhọn" và "vắt chanh bỏ vỏ".
Hải Vân:	Hai câu này nghĩa là gì vậy? Bạn giải thích đi Nam!
Bảo Nam:	Mình thấy cô đang tới kìa. Sao hôm nay cô tới sớm vậy nhỉ! Để ra chơi mình giải thích đi.
Hải Vân và Bảo Nam:	Dạ, chúng em chào cô ạ.

hạt điều	腰果	hàng dệt may	紡織品
thủy hải sản	海鮮	linh kiện	零件；配件
thương hiệu Việt	越南品牌	thị phần	市場占有率
thị trường	市場	tổng giá trị xuất khẩu	出口總值
sản phẩm quý	特產	nhập siêu	入超
danh tiếng	名氣；聲譽；名聲	mận tam hoa	tam hoa 李子（一種李子）
quyền sở hữu trí tuệ	智慧財產權	quả na	釋迦
lợi ích kinh tế	經濟收益	quả vải thiều	荔枝
góp phần	貢獻	quả nhãn lồng	龍眼
gìn giữ	保護；保存	thanh long	火龍果
rủi ro	風險	bưởi năm roi	năm roi 柚子（一種柚子）
hàng giả	假貨；冒牌貨	măng cụt	山竹
tiện ôn bài	方便複習	quả bơ	酪梨
mất tiếng	失音；嗓子啞	miệt vườn	水果園
quả vú sữa	金星果；牛奶果	quả quýt	橘子
siêu to khổng lồ	超巨型	vỏ	殼；皮
mãng cầu	鳳梨釋迦	lén lút	偷偷；鬼鬼祟祟地
tâm hồn ăn uống	吃貨精神	giấu diếm	隱諱；隱瞞
ăn mảnh	獨食；獨享	cảm hứng	靈感；感興趣
từ lóng	流行語	nồng hậu	濃厚的
xịn sò	很有型；很酷	bệnh ung thư	癌症

Đọc Hiểu 閱讀理解

Dựa vào nội dung hội thoại hãy trả lời các câu hỏi dưới đây.

1) Thời tiết Hà Nội mùa này thế nào?

_____

2) Vân đang thèm ăn quả gì? Tại sao?

_____

3) Quê nội của Vân ở đâu và nơi đó có gì đặc biệt?

_____

4) Theo Nam biết thì Đài Loan nổi tiếng với những loại hoa quả nào?

_____

5) Nam muốn Vân tìm hiểu về vấn đề gì?

_____

6) Kể tên những mặt hàng nổi tiếng của Việt Nam mà Vân tìm thấy.

_____

7) Các doanh nghiệp Việt gần đây đang đẩy mạnh phát triển ngành nghề gì?

_____

8) Vân biết nhiều loại hoa quả là đặc sản của vùng miền nào ở Việt Nam?

_____

9) Khi thảo luận về đặc sản vùng miền, Nam đã dạy Vân câu thành ngữ nào?

_____

Luyện Tập Từ Vựng 詞彙練習

1. **Dựa vào nội dung hội thoại, tìm từ phù hợp với định nghĩa cho sẵn.**

ăn mảnh	miệt vườn	thị phần	mất tiếng
xịn sò	từ lóng	nhập siêu	linh kiện

1) _____ : các bộ phận có thể tháo lắp, ghép nối hay thay thế được trong máy móc, thiết bị.

2) _____ : là phần thị trường mà một loại sản phẩm hay một doanh nghiệp nào đó chiếm lĩnh được.

3) _____ : vùng đồng ruộng, vườn cây ăn quả đủ loại thường có ở đồng bằng sông Cửu Long.

4) _____ : hiện tượng kinh tế khi tổng giá trị nhập khẩu cao hơn tổng giá trị xuất khẩu trong một khoảng thời gian nhất định.

5) _____ : từ được sử dụng phổ biến trong giao tiếp của giới trẻ nhưng là từ không chính thức (không có trong từ điển) của một ngôn ngữ.

6) _____ : làm điều gì đó một cách lén lút, giấu giếm người khác để hưởng riêng một mình.

7) _____ : một tính từ để miêu tả những đồ vật hay dịch vụ đắt tiền, chất lượng cao (từ lóng).

8) _____ : tình trạng con người không thể nói như bình thường do bị mất tiếng một phần (khàn giọng), hay mất tiếng hoàn toàn và thường đi kèm với đau họng.

2. Chọn từ phù hợp để điền vào chỗ trống.

1) (   ) Sáu tháng đầu năm 2021, Samsung đã vượt qua Apple và trở thành nhà sản xuất điện thoại chiếm _____ lớn nhất thế giới.

      A. thị trường   B. thị phần

      C. thị hiếu   D. thị lực

2) (   ) Giới trẻ ngày nay rất thích uống cà phê sống ảo, thậm chí có người ngày nào cũng phải uống mới có tinh thần. Vì thế, tôi quyết định mở quán cà phê này với khẩu hiệu: "View đẹp, cà phê ngon nên đừng _____ ! Hãy rủ bạn bè cùng đi để nhận ưu đãi khủng nha các bạn."

      A. ăn mảnh   B. ăn chơi

      C. ăn uống   D. cả A / B / C

3) (   ) Trận cầu lông đôi nam của vận động viên quốc gia tại Thế vận hội mùa Hè thật hấp dẫn. Tôi cổ vũ rất nhiệt tình đến mức bị _____ hẳn vào cuối trận đấu nhưng thật xứng đáng khi thấy họ giành được chiếc huy chương vàng cao quý.

      A. khan giọng   B. mất tiếng

      C. mất giọng   D. cả A / B / C

4) (   ) Ngành điện tử được coi là "con gà đẻ trứng vàng" và Việt Nam hiện đang đứng thứ 12 trên thế giới về xuất khẩu _____ điện tử.

      A. linh chi   B. linh cảm

      C. linh kiện   D. linh thiêng

5) (   ) Về miền Tây, du khách nhất định không được bỏ lỡ các phiên chợ nổi trên sông và một chuyến du lịch sinh thái _____ để cảm nhận hết vẻ đẹp và sự nồng hậu của con người nơi đây.

      A. miệt mài   B. miệt vườn

      C. miệt thị   D. cả A / B / C

6) （　　） Năm ngoái, Việt Nam đã xuất siêu kỷ lục hơn 20 tỷ USD nhưng chỉ trong 6 tháng đầu năm nay, Việt Nam lại _____ gần 1,9 tỷ USD thể hiện một sự thay đổi lớn trong cán cân xuất nhập khẩu.

    A. nhập tâm   B. nhập khẩu

    C. nhập cư   D. nhập siêu

3. Viết thêm các từ liên quan đến các danh mục dưới đây.

Đặc sản địa phương:

_____

_____

_____

Liệt kê những từ có tiền tố "**sản**":

_____

_____

_____

Ngữ Pháp 語法筆記 ▶MP3-2.4

---

1. kìa 「啊」

⊙ Em kéo màn che cửa sổ lên đi. Máy bay sắp hạ cánh rồi kìa.

你把窗簾拉起來吧！飛機就要降落了啊！

Giải thích 語法說明

– "kìa" đặt ở cuối câu để nhấn mạnh những gì người nói đang đề cập tới. Trong câu cảm thán, "động từ / danh từ + kìa" dùng để tạo sự chú ý cho người đối thoại.

– 「kìa」放在句尾，用來強調說話者正提及的事物。在感嘆句中，「動詞 / 名詞＋kìa」可用來吸引他人對說話者的注意。

Ví dụ

· Đồ ăn tới rồi kìa.

· Đến Vịnh Hạ Long rồi kìa. Đẹp quá! Đúng là một trong 7 kỳ quan thiên nhiên của thế giới có khác.

· Chú ý kìa! Phía trước có xe đang chuyển làn.

· Nhìn kìa! Pháo hoa đẹp quá!

· Tổng thống kìa! Mình có nhìn nhầm không vậy?

· _____

· _____

· _____

· _____

52

Chú ý "kìa" còn là từ chỉ thời gian với nghĩa: sau **ngày kia** một ngày (ngày kìa), trước **hôm kia** một ngày (hôm kìa), sau **năm kia** một năm (năm kìa).

「kìa」也是指時間的詞，意思是：後天的後一天「ngày kìa」（大後天）、前天的前一天「hôm kìa」（三天前）、前年的前一年「năm kìa」（三年前）。

Ví dụ
· Chúng ta có một cuộc họp quan trọng vào ngày kìa. Tôi muốn anh Sơn sẽ phụ trách việc đón khách.
· Dạ, cô ấy bắt đầu làm việc ở đây từ năm kìa và luôn hoàn thành xuất sắc mọi nhiệm vụ ạ.

· _____

_____

· _____

_____

· _____

_____

· _____

_____

· _____

_____

· _____

_____

· _____

_____

2. gấp + số từ 「倍、加倍」

⊙ Dù vất vả gấp mấy bố mẹ vẫn sẽ cố gắng để con có được điều kiện học tập tốt nhất.

儘管再辛苦，爸媽仍會努力讓妳獲得最好的學習條件。

Giải thích 語法說明

– "gấp + số từ" thể hiện sự tăng lên về mức độ. Hãy xem một vài ví dụ sau: tăng gấp 5 lần, nhiều gấp đôi, khó gấp nhiều lần, khó gấp trăm lần, vất vả gấp mấy,…

–「gấp + 數量詞」用來表示程度上的增加。請看以下幾個例子：tăng gấp 5 lần（增加 5 倍）、nhiều gấp đôi（倍增）、khó gấp nhiều lần（難上加難）、khó gấp trăm lần（困難百倍）、vất vả gấp mấy（百般辛苦）等。

Ví dụ

· Nhờ nỗ lực làm việc mà thu nhập của em đã tăng gấp ba so với hai năm trước.

· Do ảnh hưởng của dịch bệnh mà tỷ lệ thất nghiệp năm nay đã tăng gấp đôi năm ngoái, với con số dự tính là 4,5%.

· Tôi cảm thấy đề thi Toán năm nay khó gấp nhiều lần đề thi năm trước.

·
_____

·
_____

·
_____

·
_____

3. cơ đấy 「呢/欸」

◉ Bạn biết không, tại Olympic 2016, xạ thủ bắn súng Hoàng Xuân Vinh của Việt Nam đã xuất sắc giành một huy chương vàng và một huy chương bạc cơ đấy!

你知道嗎，在 2016 年奧運，越南的射擊選手黃春榮出色地贏得了一面金牌和銀牌呢！

Giải thích 語法說明

– "cơ đấy" được đặt ở cuối câu cảm thán hoặc mệnh đề cảm thán để thể hiện sự ngạc nhiên, sửng sốt hoặc bày tỏ cảm xúc về điều gì đó. "cơ đấy" dùng nhiều trong văn nói, rất ít xuất hiện trong văn viết.

– 「cơ đấy」放在感嘆子句或感嘆句的句尾，用來表示驚訝、震驚或表達對某事的感受。「cơ đấy」經常使用於口語中，在書面語中則很少出現。

Ví dụ

· Thời nay mà bạn ấy can đảm xung phong đến một nơi không có sóng điện thoại và internet để làm việc cơ đấy!

· Cô ấy làm mẹ đơn thân nhưng sống rất hạnh phúc và thành công. Mới 35 tuổi mà cô ấy đã trở thành CEO của một công ty lớn cơ đấy!

· _____

· _____

· _____

4. tiếc là 「可惜 / 可惜的是」

⊙ Tiếc là sản phẩm của chúng tôi chưa đáp ứng được tiêu chuẩn của bạn cho công trình này.

可惜我們的產品在這項工程中無法滿足你的標準。

Giải thích 語法說明

– "tiếc là" thường được đặt ở đầu câu để chỉ một sự nuối tiếc của người nói.

– 「tiếc là」常置於句首，表達說話者的某種遺憾。

Ví dụ

· Tiếc là chúng ta không ký kết thành công hợp đồng này.

· Tiếc là ngân hàng Union Bank of Taiwan chưa được cấp phép mở văn phòng đại diện tại tỉnh Hải Dương trong năm nay.

· Tiếc là tôi hiện không ở Việt Nam, nếu không tôi nhất định sẽ đến tham dự buổi lễ ra mắt sản phẩm mới của công ty anh.

· _____

· _____

· _____

· _____

· _____

Luyện Nói 口語練習

1. Hãy dùng ngữ pháp đã học "gấp + số từ" hoặc "tiếc là" để hoàn thành đoạn hội thoại.

Ví dụ

Cô giáo: Em thấy đề thi cuối kỳ môn tiếng Việt cao cấp hôm nay có khó không?

Sinh viên: Em cảm thấy không quá khó, chỉ hơi dài một chút ạ. **Tiếc là** lúc đầu em viết hơi chậm nên khi hết giờ em vẫn còn mấy câu chưa kịp làm!

1) *Nam:* Bạn lần trước mượn tôi tiền còn chưa trả, giờ lại muốn mượn tiếp sao?

   Hoa: _____

   _____

2) *Tuấn:* Mình phải làm sao đây khi sắp tới kỳ thi công chức rồi! Bài thi thử mình chỉ đạt điểm trung bình thôi.

   Mai: _____

   _____

3) *Hải:* Một số hãng thời trang nhanh đang gặp vấn đề về sử dụng nhân công trẻ em khiến sản phẩm bị nhiều người tẩy chay. Bạn nghĩ sao về vấn đề này?

   Chi: _____

   _____

4) *Bắc:* Thứ Bảy tuần này, Thủ tướng Chính phủ đến trường ta và sẽ có bài phát biểu, đối thoại trực tiếp với sinh viên. Bạn sẽ tham gia chứ?

    Hoa: _____

    _____

5) *Nhạc sĩ:* Tôi rất thích những quán cà phê yên tĩnh và có cảnh đẹp như thế này. Đây là nơi lý tưởng để tôi tĩnh tâm và tìm cảm hứng để sáng tác.

    Chủ quán: _____

    _____

6) *Nam:* Chiều mai, bạn có bận gì thì cũng tạm gác lại, đi Hồ Tây câu cá với cả nhóm nhé. Nghe nói phong cảnh ở đó rất đẹp, vừa ngắm hoàng hôn và nhâm nhi một tách cà phê vừa câu cá. Một cảm giác thật tuyệt!

    Hải: _____

    _____

7) *Huệ:* Hà Nội trải qua hai ngày mưa lớn khiến nhiều tuyến đường trong tình trạng ngập nghiêm trọng. Bạn ra ngoài phải cẩn thận nhé.

    Vân: _____

    _____

2. Dùng các mẫu câu ở phần ngữ pháp để tiến hành hội thoại theo nhóm.

Lần thứ nhất: Hai sinh viên tạo thành một nhóm, thực hành hội thoại về chủ đề: "Giới thiệu các sản vật của quê hương bạn hoặc một sản vật nổi tiếng mà bạn biết".

Lần thứ hai: Thay đổi thành viên giữa các nhóm và tiếp tục thực hành hội thoại.

3. **Làm quen và tạo một hội thoại ngắn với các từ liên quan đến hoa quả ở Việt Nam.**

anh đào	櫻桃	hồng xiêm / sa-pô-chê	仁心果
bưởi	柚子	khế	楊桃
bòn bòn	龍宮果	lê	梨子
cam	柳丁	lựu	石榴
chuối	香蕉	mãng cầu xiêm	紅毛榴槤
chanh leo / chanh dây	百香果	mâm xôi	覆盆子
chôm chôm	紅毛丹	mận / mận Bắc (miền Nam)	李子
cóc	番橄欖	me	羅望子
dâu tằm	桑葚	mít	菠蘿蜜
dâu tây	草莓	na / mãng cầu ta (miền Nam)	釋迦
dưa hấu	西瓜	nho	葡萄
dưa lê	香瓜	ổi	芭樂
dưa lưới	哈密瓜	roi / mận (miền Nam)	蓮霧
dừa	椰子	sầu riêng	榴槤
dứa / thơm / khóm	鳳梨	sơ ri	西印度櫻桃
đào	桃子	sung	無花果
đu đủ	木瓜	táo	蘋果
hồng	柿子	xoài	芒果

Luyện Viết 寫作練習

1. **Sử dụng cấu trúc "kìa" và các từ cho sẵn để viết thành câu hoàn chỉnh.**

   1) trà và cà phê / hàm lượng caffeine cao / trước khi đi ngủ / mất ngủ

   _____

   _____

   2) mẹ / nghe / bệnh ung thư / các thói quen không tốt / hút thuốc lá / uống rượu bia / thức khuya / lười vận động

   _____

   _____

   3) thông báo mức độ ô nhiễm không khí / hít thở / có hại cho phổi

   _____

   _____

   4) có người gặp nạn / biết hô hấp nhân tạo / cứu người

   _____

   _____

   5) xem tin tức thời sự / loại nước chữa bách bệnh / không có tác dụng / thông tin không xác thực trên mạng

   _____

   _____

2. Dùng cấu trúc "cơ đấy" để hoàn thành câu.

1) Con người thường có năm giác quan nhưng em gái tôi lại _____

_____

2) Hai tháng rồi không thấy con về nhà mẹ tưởng _____

_____

3) Tôi chỉ định đăng ký thi hát cho vui nào ngờ _____

_____

4) Anh ấy bình thường có vẻ hơi nhút nhát và ít nói thế mà _____

_____

5) Mới ngày nào mình chào nhau làm quen mà giờ _____

_____

6) Cách đây vài ba năm, bạn mượn tôi 500 triệu để đầu tư vào bất động sản
mà _____

_____

3. Đặt câu với những từ và ngữ pháp cho sẵn.

1) xịn sò: _____

_____

2) thị phần: _____

_____

3) nhập siêu: _____

_____

4) tiếc là: _____

_____

5) theo tôi được biết: _____

_____

6) gấp + số từ: _____

_____

4. Viết và thảo luận

1) Sưu tầm một vài hình ảnh hoặc một video (5-10 phút) về chủ đề sản vật địa phương. Hãy cùng thảo luận và đưa ra ý kiến cá nhân.

2) Chia sẻ những câu chuyện về xây dựng thương hiệu cho sản vật địa phương mà em biết.

3) Hãy viết một câu chuyện về Sapa với ít nhất 150 từ dựa trên các bức ảnh sau:

tàu hỏa

ruộng bậc thang

trái mận tam hoa

món ăn đường phố

Tục ngữ
"Vỏ quýt dày có móng tay nhọn"

Câu tục ngữ này dùng hình ảnh "bóc vỏ quýt", một hình ảnh rất gần gũi để khuyên con người về cách đối nhân xử thế. Quả quýt có vỏ mỏng nên người ta thường bóc vỏ bằng tay một cách dễ dàng. Tuy nhiên, với những quả quýt đặc biệt có vỏ dày thì chúng ta cần dùng móng tay nhọn của mình để bóc.

Về nghĩa bóng, người xưa còn muốn qua câu tục ngữ này để nhắc nhở chúng ta rằng: chuyện gì rồi cũng có thể giải quyết được, người lợi hại còn có người lợi hại hơn để trị. Câu tục ngữ này gần nghĩa với câu **"kẻ cắp gặp bà già"** hay **"cao nhân tất có cao nhân trị"** trong tiếng Việt [3]; và câu "小偷遇上賊" hay câu "道高一尺、魔高一丈" trong tiếng Trung.

Thành ngữ
"Vắt chanh bỏ vỏ"

Về nghĩa đen, vắt chanh để lấy nước rồi bỏ vỏ đi là điều đương nhiên vì vỏ chanh không cần dùng nữa. Nhưng hành động đơn giản ấy lại trở thành một câu thành ngữ để chỉ một cách dùng người, "bòn rút hết sức lực, trí tuệ đến khả năng, thì ruồng bỏ, phế truất không thương tiếc, ví như quả chanh vắt hết nước thì vứt bỏ vỏ đi" (Từ điển thành ngữ tiếng Việt phổ thông) [3].

Về nghĩa bóng, câu nói này còn ám chỉ sự vô ơn, thái độ phụ bạc một cách tàn nhẫn, vứt bỏ người hoặc vật khi không còn giá trị lợi dụng. Thành ngữ này gần nghĩa với câu "**ăn cháo đá bát**" trong tiếng Việt và câu "得魚忘荃" trong tiếng Trung.

Tài Liệu Tham Khảo 參考資料

[1] Trương Thị Quỳnh Vân (2021). Xuất khẩu sản phẩm nông sản chủ lực của Việt Nam: cơ hội, thách thức trong thời gian tới. *Bộ Công thương*.

https://vioit.org.vn/vn/chien-luoc-chinh-sach/xuat-khau-san-pham-nong-san-chu-luc-cua-viet-nam--co-hoi--thach-thuc-trong-thoi-gian-toi-4378.4050.html

[2] Thu Nga (2022). Xuất khẩu sang Đài Loan 4 tháng đầu năm 2022 tăng trưởng. *Bộ Công thương*.

https://vinanet.vn/thuong-mai-cha/xuat-khau-sang-dai-loan-4-thang-dau-nam-2022-tang-truong-757522.html

[3] Nguyễn Như Ý, Nguyễn Văn Khang, Phan Thành Xuân (2002). Từ điển thành ngữ tiếng Việt phổ thông. *Nhà xuất bản Đại học Quốc gia Hà Nội*.

Bài 3

Ngành nghề truyền thống

傳統職業

Giới Thiệu và Ý Kiến Cá Nhân 介紹與個人意見 ▶MP3-3.1

Mỗi vùng đất của Việt Nam đều sở hữu những vẻ đẹp rất riêng, thể hiện qua bề dày văn hóa và những làng nghề truyền thống. Theo số liệu thống kê, Việt Nam hiện có hơn 5000 làng có nghề truyền thống, nơi tạo việc làm cho khoảng 11 triệu lao động [1]. Nhiều làng nghề đã có lịch sử hàng

trăm năm, danh tiếng được lưu truyền cả trong thơ ca. Bài thơ, bài hát "Áo lụa Hà Đông" của nhà thơ Trần Bích Lan có câu:

"Nắng Sài Gòn anh đi mà chợt mát
Bởi vì em mặc áo lụa Hà Đông"

Câu hát nhắc đến làng lụa Hà Đông, một làng nghề dệt lụa tơ tằm nổi tiếng nhất cả nước. Suốt hơn một nghìn năm, người dân nơi đây luôn gắn bó với nghề, hợp tác cùng nhau để phát triển thương hiệu lụa của địa phương. Làng lụa Hà Đông nói riêng và các làng nghề nói chung không chỉ mạnh về sản phẩm truyền thống mà còn là nơi lưu giữ nhiều nét văn hóa, kiến trúc và lễ hội độc đáo, làm nền tảng để phát triển các dịch vụ du lịch tại địa phương.

1. Bạn có nghĩ bảo vệ nghề truyền thống là một việc làm cần thiết và ý nghĩa?

_____

_____

2. Theo bạn, nghề truyền thống có vai trò như thế nào đối với sự phát triển của ngành du lịch? Chúng ta có thể làm gì để nghề truyền thống không bị mai một và thu hút được sự quan tâm của các bạn trẻ?

_____

_____

Nghe Hiểu 聽力理解 ▶MP3-3.2

1. Chọn Đúng (Đ) hoặc Sai (S) theo nội dung hội thoại.

1) (　　　) Cậu Hải lần này đi du lịch nghỉ dưỡng rồi tiện về thăm nhà.

2) (　　　) Cậu Hải về Thành phố Hồ Chí Minh từ 3 ngày trước để đi họp lớp.

3) (　　　) Cậu Hải sẽ cùng đại diện của thành phố Đài Đông tham gia chương trình giao lưu văn hóa với làng gốm Bát Tràng.

4) (　　　) Bát Tràng là làng gốm lâu đời nhất ở Việt Nam.

5) (　　　) Hà Đông thuộc tỉnh Nam Định, là nơi nổi tiếng với nghề ươm tơ, dệt lụa.

6) (　　　) Nga Sơn là mảnh đất giàu giá trị văn hóa.

7) (　　　) Quán Phở Thìn nổi tiếng Hà Thành nằm ở phố Lò Đúc.

8) (　　　) Nam và cậu Hải cùng đi bộ ra phố Huế để mua đồ lưu niệm.

9) (　　　) Hai cậu cháu muốn đặt mua lụa may áo dài làm quà tết tặng mợ và em.

2. Chọn đáp án đúng nhất theo nội dung hội thoại.

1) (　　　) Mục đích chính của cậu Hải về Việt Nam lần này là để:

　　　A. Gặp đối tác bàn chuyện đầu tư

　　　B. Tham dự triển lãm Đài Loan

　　　C. Tham dự hội thảo khoa học

　　　D. Tất cả các đáp án trên

2) (　　　) Buổi triển lãm sẽ được tổ chức tại đâu:

　　　A. Tại Trung tâm Hội nghị Triển lãm Quốc tế Hà Nội

　　　B. Tại Thành phố Hồ Chí Minh

　　　C. Tại Làng gốm Bát Tràng

　　　D. Tại Thành phố Đà Nẵng

3) （　　） Tại sao Nam thích chiếc áo cậu Hải mua:

    A. Vì nó là sản phẩm của thương hiệu nổi tiếng

    B. Vì nó là mẫu mới nhất của năm

    C. Vì nó nhẹ, mỏng mà mặc rất ấm

    D. Vì nó đúng màu mà Nam thích

4) （　　） Mảnh đất "Nga Sơn" được nhắc đến trong hội thoại là nơi thế nào:

    A. Nơi Mai An Tiêm khai thiên lập địa

    B. Nơi diễn ra trận chiến Ba Đình của một thời lịch sử

    C. Nơi nổi tiếng với nghề dệt chiếu truyền thống

    D. Tất cả các đáp án trên

5) （　　） Theo bạn, tại sao lại có câu "Anh Nam thật tâm lý"?

    A. Vì Nam rất hiểu cậu của mình

    B. Vì Nam nhớ sở thích của cậu Hải là ăn phở

    C. Vì Nam nghĩ đến và mua quà cho mợ và em

    D. Tất cả các đáp án trên

Hội Thoại 會話   ▶MP3-3.2

Bảo Nam có người cậu tên là Hải. Cậu Hải sống ở Đài Loan nhưng hiện đang có chuyến công tác ở Việt Nam nên ghé nhà Bảo Nam chơi. Bảo Nam đi học về thì gặp cậu Hải ở phòng khách, hai người vui vẻ trò chuyện:

Bảo Nam: Chào cậu Hải! Một năm không gặp, cậu càng ngày càng phong độ ạ.

Cậu Hải: Nam đi học về đấy à. Chà sinh viên năm ba có khác. Anh đẹp trai, chững chạc quá rồi.

Bảo Nam: Dạ đâu có! Cậu quá khen. Mợ và em Hằng đều khỏe chứ cậu? Em Hằng bây giờ chắc nói tiếng Việt giỏi lắm rồi?!

Cậu Hải: Ừ, cũng tạm. Em sắp nói chuyện được với anh Nam bằng tiếng Việt rồi.

Bảo Nam: Em giỏi quá đi. Dạ, cháu nghe bố nói cậu lần này về Việt Nam để tham dự triển lãm ạ?

Cậu Hải: Đúng vậy. Cậu về Thành phố Hồ Chí Minh từ 3 ngày trước, gặp gỡ một số đối tác bàn chuyện làm ăn, ký kết hợp đồng. Thật may công việc kết thúc sớm, cậu kịp đặt vé máy bay ra Hà Nội sáng nay. Ngày mai cậu sẽ đi dự triển lãm Đài Loan tại Trung tâm Hội nghị Triển lãm Quốc tế Hà Nội.

    À, Nam! Cậu có mua cho cháu vài bộ quần áo với đôi giày thể thao để ở phòng cháu, chút cháu mặc thử xem có ưng không nhé.

Bảo Nam: Trời, cậu tuyệt quá! Cháu đi luôn bây giờ ạ.

6 phút sau:

Bảo Nam: Cậu ơi, quần áo và đôi giày cậu mua cháu đều mặc vừa, rất chất và thời trang ạ.

Cậu Hải: Cháu thích là cậu vui rồi.

Bảo Nam: Cảm ơn cậu nhiều lắm. Cháu đặc biệt thích chiếc áo này. Nó vừa nhẹ vừa mỏng, mặc lại rất ấm.

Cậu Hải: Cháu cậu có khác. Cũng biết nhìn hàng đó. Đây là sản phẩm công nghệ cao của Đài Loan, gọi là áo giữ nhiệt. Nó rất thích hợp với thời tiết mùa này ở Hà Nội. Cháu chỉ cần mặc thêm một chiếc áo khoác là có thể ra ngoài thoải mái, không sợ lạnh. À, chiều mai cháu có rảnh không?

Bảo Nam: Cháu rảnh. Dạ có chuyện gì, thưa cậu?

Cậu Hải: Vậy trưa mai cháu qua Trung tâm Hội nghị, cùng cậu sang làng gốm Bát Tràng. Cậu có một hoạt động quan trọng muốn cháu cùng tham gia.

Bảo Nam: Cậu muốn phát triển sang lĩnh vực gốm ạ?

Cậu Hải: Cậu sẽ cùng đại diện của thành phố Đài Đông tham gia chương trình giao lưu văn hóa với làng gốm Bát Tràng. Cậu tin cháu sẽ học hỏi được nhiều điều. Mà nói đến gốm Bát Tràng, nó khiến cậu nghĩ đến các ngành nghề truyền thống của Việt Nam. Cháu có nhớ câu ca dao: "Chiếu Nga Sơn, gạch Bát Tràng, vải tơ Nam Định, lụa hàng Hà Đông" không?

Bảo Nam: Dạ cháu quên thế nào được. Đây đều là những cái tên nổi tiếng về nghề truyền thống, cậu nhỉ!

Cậu Hải: Đúng vậy! Nga Sơn là mảnh đất giàu giá trị văn hóa, nơi Mai An Tiêm khai thiên lập địa, nơi diễn ra trận chiến Ba Đình của một thời lịch sử, nơi chàng Từ Thức gặp tiên và nơi đây cũng nổi tiếng với nghề dệt chiếu truyền thống. Chiếu Nga Sơn vừa đẹp vừa bền nức tiếng trong và ngoài nước.

Bảo Nam: Còn Bát Tràng là làng gốm lâu đời nhất ở Việt Nam, phải không cậu?

Cậu Hải: Không sai. Bát Tràng được ban tặng nhiều tài nguyên thiên nhiên quý. Qua bàn tay người thợ ở các xưởng thủ công, rất nhiều sản phẩm gốm sứ độc đáo đã ra đời.

Bảo Nam: Dạ, các bạn nước ngoài của cháu sau khi đi tham quan về đều nhận xét Bát Tràng rất đáng để trải nghiệm ạ.

Cậu Hải: Người Hà Nội thật tự hào khi có một làng nghề truyền thống ngay tại mảnh đất Thủ đô. Mà nhắc đến nghề truyền thống, chúng ta không thể không nói đến Nam Định và Hà Đông, nơi nổi tiếng với nghề trồng dâu nuôi tằm, ươm tơ, dệt lụa.

Bảo Nam: À, nói đến lụa Hà Đông, hôm nào cháu và cậu qua chợ Hôm đặt mua lụa may áo dài làm quà tết tặng mợ và em. Cậu thấy được không ạ?

Cậu Hải: Anh Nam cũng tâm lý đấy chứ! Vậy cuối tuần cậu cháu mình đi. Mà Nam này, cậu thấy nhớ món phở Hà Nội quá. Mình ra phố Lò Đúc ăn Phở Thìn đi.

Bảo Nam: Vâng. Cậu đợi cháu thay đồ rồi lấy xe, cậu cháu mình đi ạ.

Cậu Hải: Vậy cậu ra sân đợi, tiện ngắm mấy chậu cảnh của Ba Hùng trước nha.

Bảo Nam: Dạ, cháu ra liền.

Từ Mới 生詞　　▶MP3-3.3

bề dày	厚度	công nghệ cao	高科技
làng nghề	手工藝村	áo giữ nhiệt	保暖衣；發熱衣
danh tiếng	名氣；名聲	gốm	陶；陶瓷製品
lưu truyền	流傳	đại diện	代表
áo lụa Hà Đông	河東絲綢	khiến	讓
nhà thờ	教堂	chiếu	草蓆；播放；映照
chợt	忽然；突然	gạch	磚
dệt	紡織；編織	vải tơ	絲織品
lụa tơ tằm	絲綢	lụa	絲綢；絲滑的
gắn bó	忠於；扎根；與……建立緊密的關係	khai thiên lập địa	開天闢地
thương hiệu	品牌	trận chiến	搏鬥；戰鬥
địa phương	地方	nức tiếng	出名的；著名的
lưu giữ	保留	lâu đời	悠久的
kiến trúc	建築	ban tặng	賞賜；頒發
lễ hội	節慶；節日	người thợ	工人
độc đáo	獨到的；獨特的	xưởng thủ công	手工藝廠
nền tảng	基礎	trồng dâu	種植桑葚樹
chững chạc	穩當的；可靠（成熟）的	nuôi tằm	養蠶
tạm / tạm được	姑且；馬馬虎虎；普普通通	ươm tơ	製蠶絲
ký kết	簽署；訂立	tâm lý	心理；善解人意
triển lãm	展覽	phố Lò Đúc	爐熔街
chất	酷	chậu cảnh	盆栽

Đọc Hiểu 閱讀理解

Dựa vào nội dung hội thoại hãy trả lời các câu hỏi dưới đây.

1) Tại sao hơn một năm rồi Bảo Nam không gặp cậu Hải?

_____

2) Cậu cháu lâu ngày gặp nhau, vậy hai người có gì thay đổi không?

_____

3) Bảo Nam nói thế nào về món quà mà cậu Hải mua cho mình?

_____

4) Cậu Hải về Việt Nam thăm gia đình hay có việc gì khác?

_____

5) Hãy kể tên các nghề truyền thống nổi tiếng trong ca dao Việt Nam?

_____

6) Cậu Hải có hoạt động quan trọng gì muốn cháu mình cùng tham gia?

_____

7) Vì sao người ta gọi vùng đất Nga Sơn là miền quê cổ tích?

_____

8) Tỉnh thành nào ở Việt Nam nổi tiếng với nghề trồng dâu nuôi tằm?

_____

Luyện Tập Từ Vựng 詞彙練習

1. **Dựa vào nội dung hội thoại, tìm từ phù hợp với định nghĩa cho sẵn.**

chững chạc	tâm lý	ban tặng	khiến
chất	lưu giữ	trận chiến	nức tiếng

1) _____ : (tính từ) xuất sắc, tuyệt, hợp thời trang.

2) _____ : gây phản ứng tâm lý hoặc tình cảm (giống như: làm cho).

3) _____ : tặng, thưởng công cho người dưới (cách nói kiểu cách).

4) _____ : có tiếng tăm vang xa, được nhiều người biết đến.

5) _____ : đứng đắn, đàng hoàng, hoặc dùng để chỉ người đã trưởng thành.

6) _____ : (tính từ) có thể hiểu được tình cảm, ý thích, nguyện vọng của người khác.

7) _____ : cuộc chiến đấu diễn ra trong một thời gian và ở một khu vực nhất định.

8) _____ : giữ lại lâu dài; chuyển từ bộ nhớ tạm sang phương tiện lưu trữ lâu dài của máy tính.

2. Chọn từ cho sẵn trong phần 1 để hoàn thành các câu sau (không cần dùng tất cả các từ).

1) Trời ơi, con trai mẹ mới lên phố học một thời gian mà giờ nhìn đã _____ lên nhiều rồi.

2) Công ty nhà bạn ấy đã dệt ra những chiếc khăn lụa sen quý, _____ trong và ngoài nước.

3) Anh ấy mặc quần áo nào nhìn cũng thấy rất là _____, cứ như người mẫu ấy.

4) Năm nay, nông dân quê tôi được mùa vải bội thu nên mọi người đang chuẩn bị lễ tạ ơn trời đất đã _____ cho đất đai màu mỡ và một năm mưa thuận gió hòa.

5) Cô ấy xinh lại còn dễ thương _____ anh ta ngày đêm mong nhớ, không muốn xa một bước.

6) Các chiến sĩ đã chiến đấu dưới "mưa bom bão đạn", bắt sống tướng Đờ Cát trong _____ Điện Biên Phủ, khẳng định tên tuổi của người lính Cụ Hồ.

7) Trong lớp các bạn đều đoàn kết và học tốt vì có giáo viên nhiệt tình, đôi khi có nghiêm khắc nhưng rất _____ với học sinh.

3. Viết thêm các từ liên quan đến các danh mục dưới đây.

Nghề truyền thống:

_____

_____

Từ đồng âm khác nghĩa:

_____

_____

Ngữ Pháp 語法筆記　　　　　　　　　　　　　　▶MP3-3.4

---

1. mệnh đề + có khác 「真的有差 / 果然不一樣」

⦿ Ảnh bạn chụp cho mình đẹp quá! Dùng máy ảnh xịn có khác!

你幫我拍的照片真漂亮！用上好的相機拍的真的有差！

Giải thích
語法說明

- "có khác" là một trạng từ, được đặt ở cuối câu nhằm nhấn mạnh nội dung ở mệnh đề phía trước. Nó thường sử dụng để bày tỏ sự ngưỡng mộ, khen ngợi hoặc châm biếm.

- 「có khác」為副詞，常位於句尾，用來強調前一句的內容。常用來表達仰慕、稱讚或諷刺之意。

Ví dụ

· Mình chưa bao giờ ăn một bát phở ngon đến vậy! Đúng là phở chính hiệu Hà Nội có khác!

· Anh ấy thật cao. Người Châu Âu có khác!

· Em chưa bao giờ được ngắm cảnh đẹp và thưởng thức trà ngon đến vậy. Được người yêu đưa đi chơi Alishan có khác!

· _____

_____

· _____

_____

· _____

_____

· _____

_____

2. chứ 「當然 / 啊 / 吧」

⦿ Chiếc áo lụa em mới mua đẹp đấy chứ.

你剛買的絲綢襯衫非常美啊！

Giải thích
語法說明

– "chứ" xuất hiện thường xuyên trong văn nói. Trong câu khẳng định, "chứ" được đặt ở cuối câu để nhấn mạnh nội dung. Trong câu cảm thán, "chứ" mang nghĩa thúc giục hoặc người nói đã hoàn thành điều gì đó theo cách hoàn hảo mà họ muốn. Còn với câu hỏi, "chứ" biểu thị ý ít nhiều đã khẳng định điều muốn hỏi nhưng vẫn muốn xác nhận lại.

– 「chứ」常出現在口語。在肯定句中，「chứ」常放在句尾用來強調內容。而在感嘆句中，「chứ」意思為督促，或表示說話者已經依自己的希望，完美地完成了某件事。至於在問句中，「chứ」則表示說話者對於想詢問的某件事已經多少有了些肯定，但仍然想再次確認。

Ví dụ

· Động từ / tính từ + chứ: Có chứ. / Được chứ. / Vui chứ. / Về chứ.

· Anh làm việc thì cũng cần nghỉ ngơi chứ.

· Có thế chứ! Phải thế chứ! (cảm giác đạt được điều mình muốn)

· Nhanh lên chứ! Ngủ đi chứ! Nghe máy đi chứ! (thúc giục)

· Món này ngon đấy chứ? / Anh sẽ đi cùng em chứ?

· _____

_____

· _____

_____

· _____

_____

3. đại diện「代表／作為……的代表」

⊙ Cô ấy đại diện cho trường Đại học Chính trị đi tham gia cuộc thi sáng tạo toàn quốc.

她代表政治大學參加全國創意大賽。

Giải thích
語法說明

– Động từ "đại diện" nghĩa là " to represent" , thường được dùng với từ "cho". Danh từ "đại diện" nghĩa là "representative", thường được dùng với từ "của" + tổ chức mà người đó đại diện.

– 動詞「đại diện」意思為「代表、作為……的代表」，常與「cho」（為）一起使用。名詞「đại diện」意思為「代表」，常與「của」（的）一起使用，且會在後方加上某人代表的組織名稱。

Ví dụ

· Cô ấy là đại diện của trường Đại học Chính trị tại cuộc thi sáng tạo toàn quốc.

· Hàng điện tử đã trở thành dòng sản phẩm đại diện cho ngành công nghiệp Đài Loan nhờ vào chất lượng tốt và giá cả hợp lý.

· _____

_____

· _____

_____

· _____

_____

· _____

_____

4. thế nào được 「怎麼能」

⦿ Tôi quên thế nào được một cuộc hẹn quan trọng như thế.

我怎麼能忘了這麼重要的一個約定。

Giải thích
語法說明

− Cụm từ này thường đi sau động từ hoặc đứng ở cuối câu, thể hiện rằng người nói không thể làm điều gì đó vì một lý do cụ thể. Trong nhiều trường hợp có thể thay thế bằng "làm sao được".

− 此片語常接在動詞後方或放在句尾，用來表達說話者因為某個具體的理由而沒辦法做某件事。在很多狀況下都可以用「làm sao được」來做替換。

Ví dụ

· Tìm người ngay thế nào được ạ, chúng ta cần xem xét cẩn thận trước khi tuyển dụng.

· Từ "dạ" vừa mới học mà có nhiều nghĩa như vậy, em nhớ hết thế nào được chứ!

· Hoàn thành hợp đồng trong tuần này làm sao được ạ. Chúng ta hiện chưa có đủ nguyên liệu đầu vào.

· _____

_____

· _____

_____

· _____

_____

· _____

_____

Luyện Nói 口語練習

1. Hãy dùng ngữ pháp đã học "mệnh đề + có khác" hoặc "chứ" để hoàn thành hội thoại.

Ví dụ

Thợ may: Dạ áo dài của chị đây. Em mời chị vào phòng thay đồ thử xem có cần chỉnh sửa gì thêm không ạ?

Khách hàng: Chị mặc vừa như in em ạ. Vải lụa được em tư vấn không chỉ đẹp mà mặc vào cảm giác mềm mịn, thích lắm. Đúng là vải được dệt từ chất liệu thiên nhiên có khác em nhỉ!

1) *Hoàng:* Hè vừa rồi mình đi Hà Giang làm tình nguyện viên dạy tiếng Anh mới thấy vấn đề dân số đang ảnh hưởng lớn đến ngành giáo dục tiểu học. Nghe nói nhiều ngôi trường ở đó đều đối mặt với vấn đề thiếu học sinh nghiêm trọng.

   Nam: _____

   _____

2) *Hà:* Vấn đề phá thai nhận được rất nhiều ý kiến trái chiều, có người coi đây là một hành động phi đạo đức. Mình thì nghĩ để giảm phá thai, có lẽ mọi người cần chú ý đến việc phòng tránh thai.

   Mai: _____

   _____

3) *Hải:* Mỗi người đều có cảm nhận khác nhau về hạnh phúc. Người thì nghĩ được sống bên những người mình thương yêu là hạnh phúc, người lại cho rằng có tiền sẽ hạnh phúc. Duyên, bạn nghĩ sao về điều này?

   Duyên: _____

   _____

4) *Bắc:*   Bạn đăng ký tập gym ở trường với mình đi, vừa khỏe vừa vui. Như ba mình, khi trẻ tuổi, ông ít tập thể dục nên mới bước vào tuổi trung niên đã xuất hiện nhiều vấn đề về sức khỏe rồi.

     Tuấn: _____

_____

5) *Chủ quán:*   Ngoài mì Quảng thì bánh xèo – nem lụi và bún chả cá là những món ngon chính hiệu của Đà Nẵng. Trong thời gian ở đây anh chị nhất định phải ăn thử xem.

     Du khách: _____

_____

6) *Bố:*   Con có biết con hút nhiều thuốc vậy vừa tốn tiền mà vừa không tốt cho sức khỏe không?

     Con trai: _____

_____

2. Dùng các mẫu câu ở phần ngữ pháp để tiến hành hội thoại theo nhóm.

Lần thứ nhất: Hai sinh viên tạo thành một nhóm, thực hành hội thoại về chủ đề: **"Giải pháp để bảo tồn và phát triển các làng nghề truyền thống"**.

Lần thứ hai: Thay đổi thành viên giữa các nhóm và tiếp tục thực hành hội thoại.

3. Làm quen và thảo luận về 20 làng nghề nổi tiếng ở Việt Nam.

Tên làng nghề tiếng Việt 產業村的越語名稱	Tên tiếng Trung 中文名稱	Tỉnh 省分
Làng gốm Bát Tràng	八長陶村	Hà Nội 河內
Làng lụa Hà Đông	河東絲綢村	Hà Nội 河內
Làng nghề điêu khắc Sơn Đồng	山桐雕刻村	Hà Nội 河內
Làng nghề khảm trai Chuôn Ngọ	鈴午螺鈿工藝村	Hà Nội 河內
Làng gốm Chu Đậu	朱豆陶村	Hải Dương 海陽
Làng đồ gỗ mỹ nghệ Đồng Kỵ	同忌木工藝村	Bắc Ninh 北寧
Làng tranh dân gian Đông Hồ	東湖民間版畫村	Bắc Ninh 北寧
Làng chạm bạc Đồng Xâm	同椣銀器手工藝村	Thái Bình 太平
Làng gốm Thổ Hà	土河陶村	Bắc Giang 北江
Làng cói Kim Sơn	金山蒲草編織手工藝村	Ninh Bình 寧平
Làng thêu ren Văn Lâm	文林刺繡工藝村	Ninh Bình 寧平
Làng trống Đọi Tam	堆三鼓產業村	Hà Nam 河南
Làng nghề Kim hoàn Kế Môn	繼門金飾村	Thừa Thiên – Huế 順化
Làng nón Tây Hồ - Phú Vang	西湖 - 富望草帽村	Thừa Thiên – Huế 順化

Làng đá mỹ nghệ Non Nước	山水石雕村	Đà Nẵng 峴港
Làng thúng chai Phú Yên	富安簸箕船製造村	Phú Yên 富安
Làng nghề làm muối Tuyết Diêm	雪鹽鹽田村	Phú Yên 富安
Làng nghề thổ cẩm Chăm Mỹ Nghiệp	占婆錦織村	Ninh Thuận 寧順
Làng nghề đúc đồng Phước Kiều	福嬌銅器工藝村	Quảng Nam 廣南
Làng Tranh sơn mài Tương Bình Hiệp	相平峽漆畫村	Bình Dương 平陽

Luyện Viết 寫作練習

1. Dùng một trong các cấu trúc "thế nào được / làm sao được" và các từ cho sẵn để viết thành câu hoàn chỉnh.

1) bài tập / khó quá / làm / hay vậy

_____

_____

2) hợp đồng này / quan trọng với chúng ta / giám đốc / nói dừng là dừng

_____

_____

3) muốn xem / phim 4D / đeo kính phân cực / xem

_____

_____

4) thư viện / rất nhiều sách và tài liệu quý / tìm tài liệu nhanh / nhân viên thư viện trợ giúp

_____

_____

5) quản lý yêu cầu / người phỏng vấn / đánh máy 150 từ trong một phút / đánh

_____

_____

2. Dùng cấu trúc "đại diện / đại diện của / đại diện cho" để hoàn thành câu.

1) Năm nay không có đại diện của _____

_____

2) Em hãy đại diện công ty đi _____

_____

3) Chào mừng các bạn đến với cuộc thi bóng chuyền sinh viên toàn quốc!

Đầu tiên, xin mời các đội cử một đại diện lên bốc thăm _____

_____

4) Xin kính mời cô Quách Dịch Huyên, đại diện cho cựu sinh viên tiêu biểu

lên cắt băng khánh thành _____

_____

5) Đại diện cho khu vực Đài Trung tham gia cuộc thi học sinh giỏi lần này

có _____

_____

6) Luật sư với tư cách là đại diện theo ủy quyền của nguyên đơn xin được __

_____

3. Đặt câu với những từ và ngữ pháp cho sẵn.

1) khiến: _____

_____

2) ban tặng: _____

_____

3) độc đáo: _____

_____

4) thế nào được: _____

_____

5) gắn bó: _____

_____

6) lưu truyền: _____

_____

4. Viết và thảo luận

Sưu tầm một vài hình ảnh hoặc một video (5-10 phút) về chủ đề ngành nghề truyền thống. Hãy viết nhận xét và ý kiến cá nhân của bạn.

Cô gái trẻ đang ngồi dệt chiếu

Ca Dao và Tục Ngữ Thường Dùng 常用的歌謠與俗語   ▶MP3-3.5

"Áo gấm về làng" và "Áo gấm đi đêm"

Áo gấm là loại áo dệt bằng lụa, có hoa văn đẹp. Thời xưa, áo gấm được đánh giá là rất quý, sang trọng và đắt tiền nên thường chỉ có vua quan dùng. Chiếc áo với chất liệu quý ấy còn được vua sử dụng để ban tặng cho những người có công lớn với nước hoặc học trò thi đỗ trạng nguyên. Có tên trên bảng vàng, trạng nguyên sẽ mặc áo gấm, cưỡi ngựa, có lọng che về làng, ai ai nhìn thấy cũng mừng cho họ đã thành danh, vinh quy bái tổ. Thời nay, câu thành ngữ "áo gấm về làng" vẫn được sử dụng thường xuyên, mang nghĩa thành đạt, vinh hiển trở về quê hương.

Áo gấm quý nên mặc vào ban ngày để người người nhìn thấy, còn nếu mặc vào ban đêm thì áo gấm cũng trở nên bình thường như bao chiếc áo khác. Vì vậy câu thành ngữ "áo gấm đi đêm" mang ý "phê phán sự không hợp lý, không đúng lúc, không đúng chỗ của một hành động nào đó dẫn đến không có tác dụng gì" [2]. Câu này cũng được dùng để chỉ một điều đáng tiếc, người có tài nhưng thiếu điều kiện để phát huy, chọn sai môi trường, giống như chiếc áo gấm đi trong đêm tối nên không ai biết đến giá trị thực sự của nó. Hai câu thành ngữ này tương tự như câu " 衣錦還鄉 " và câu " 衣錦夜行 " trong tiếng Trung.

Tài Liệu Tham Khảo 参考資料

[1] Nguyễn Vi Khải (2020). Chấn hưng Làng nghề Việt Nam và vai trò của Hiệp hội. Tạp trí điện tử Làng Nghề Việt Nam.

[2] Nguyễn Như Ý, Nguyễn Văn Khang, Phan Thành Xuân (2002). Từ điển thành ngữ tiếng Việt phổ thông. Nhà xuất bản Đại học Quốc gia Hà Nội.

Tài Liệu Tham Khảo 参考資料

Bài 4

Học tập và thi cử

學習與考試

Giới Thiệu và Ý Kiến Cá Nhân 介紹與個人意見 ▶MP3-4.1

Giáo dục luôn được xem là nền tảng cho sự phát triển của một đất nước. Người Việt dùng câu: "Tiên học lễ - hậu học văn" để nhấn mạnh tầm quan trọng của việc rèn luyện đạo đức trong trường học. Bên cạnh phát triển tư duy thì việc tu dưỡng đạo đức và tính kỷ luật cũng vô cùng quan trọng. Để  phù hợp với sự phát triển của thời đại, Bộ Giáo dục và Đào tạo những năm qua đã thực hiện nhiều cải cách trong việc dạy và học. Tuy nhiên, một số nhà nghiên cứu nhận định người học hiện vẫn chịu áp lực thi cử lớn bởi nhiều bố mẹ quá xem trọng giấy khen, thành tích học tập và danh tiếng của trường học [1]. Hàng năm, Việt Nam có khoảng một triệu học sinh tốt nghiệp cấp ba, chuẩn bị bước chân vào ngưỡng cửa đại học. Con đường đi đến thành công có rất nhiều nhưng chắc chắn con đường nào cũng cần những người có khả năng thích ứng và ý thức đạo đức tốt. Bởi vậy, hãy giảm áp lực thi cử, ươm trồng cho các bạn trẻ ngày nay tinh thần ham học, khả năng hợp tác và ý thức rèn luyện đạo đức, để các bạn mai này đầy tự tin bước ra xã hội.

1. Bạn đánh giá thế nào về kỳ thi tốt nghiệp trung học phổ thông ở Đài Loan?

_____

_____

2. Nếu được ra quyết định, bạn có muốn thay đổi điều gì về các kỳ thi của Đài Loan không?

_____

_____

3. Hãy chia sẻ đôi điều khiến bạn nuối tiếc về thời học sinh (nếu có).

_____

_____

Nghe Hiểu 聽力理解   ▶MP3-4.2

1. Chọn Đúng (Đ) hay Sai (S) theo nội dung hội thoại.

1) （   ） Thành là em họ của Nam và đây là lần đầu tiên Tuấn gặp Thành.

2) （   ） Nam đang chuẩn bị cho kỳ thi tốt nghiệp Trung học Phổ thông Quốc gia.

3) （   ） Thành học giỏi các môn Tự nhiên như Toán, Lý, Hóa hơn là các môn Xã hội.

4) （   ） Tuấn khuyên Thành nên sắp xếp thứ tự nguyện vọng vào đại học theo sở thích và mong muốn của mình.

5) （   ） Nam trước đây đăng ký 10 nguyện vọng vào đại học và đỗ ở nguyện vọng thứ hai.

6) （   ） Thành được khuyên là không nên quá căng thắng, ăn ngủ đúng giờ và phải tự tin vào bản thân mình.

7) （   ） Tuấn một thời từng thấy con gái xinh là lại làm quen, xin Facebook nhắn tin quan tâm.

8) （   ） Nam chém gió rằng mình đẹp trai thật nhưng mà tình yêu thì dành trọn cho quê hương đất nước.

2. Chọn đáp án đúng nhất theo nội dung hội thoại.

1) (   ) Theo Tuấn nói thì Nam là người thế nào:

    A. Nam là thần đồng của lớp thời cấp hai

    B. Nam là mọt sách

    C. Nam thích nhiều người

    D. Tất cả các đáp án trên

2) (   ) Lý do học sinh phải chạy đua vào đại học từ rất sớm không bao gồm việc:

    A. Nhà nhà đều muốn con vào đại học

    B. Muốn trở thành thủ khoa để được ưu tiên

    C. Muốn học ở những trường đại học nổi tiếng

    D. Muốn học những ngành hot

3) (   ) Mục đích quan trọng của việc học được nhắc đến trong bài là:

    A. Có được kết quả học tập tốt để dễ xin việc

    B. Khẳng định bản thân với gia đình và bạn bè

    C. Học cách phát hiện và giải quyết các vấn đề trong cuộc sống

    D. Tất cả các đáp án trên

4) (   ) Tại sao mặt Thành lại đỏ hết lên vậy?

    A. Thành chém gió bị anh Nam nhìn thấy nên thấy ngại

    B. Thành quá căng thẳng chuyện thi cử

    C. Được bạn nữ tỏ tình nên Thành thấy xấu hổ

    D. Thành uống vài lon bia và bị say

Quốc Tuấn và Bảo Nam là bạn thân. Một buổi chiều, Tuấn đến nhà Nam chơi. Nam có người em họ tên Thành học lớp 12, đang chuẩn bị cho kỳ thi Trung học Phổ thông Quốc gia (THPTQG). Hãy nghe cuộc hội thoại giữa họ.

Quốc Tuấn:	Tôi đến nhà rồi, mở cửa cho tôi với!
Bảo Nam:	Đây đây, đang ra rồi. (mở cửa) Bạn vào đi! Cứ tự nhiên như ở nhà nhé!
Em Thành:	Em chào anh ạ!
Bảo Nam:	Đây là anh Tuấn, bạn thân từ thời cấp hai của anh. Anh ấy đang du học ở Mỹ, đợt này được nghỉ tết nên về nước chơi. Bạn ngồi đi. Hai anh em nói chuyện nhé. Mình đi lấy chút đồ uống.
Em Thành:	Dạ, em tên Thành, em họ của anh Nam. Em nghe anh Nam kể về anh nhiều, giờ mới có dịp gặp anh.
Quốc Tuấn:	Chào em. Anh em mình từng gặp nhau từ hồi em còn bé tí, chắc em không nhớ! Giờ nhìn em lớn quá anh suýt không nhận ra nữa. Năm nay em học lớp mấy rồi?
Em Thành:	Dạ, em đang học lớp 12.
Quốc Tuấn:	Ôi nhanh thật, đã chuẩn bị bước chân vào cánh cửa đại học rồi đấy! Thế em ôn thi đến đâu rồi?
Em Thành:	Dạ, mỗi môn em đều ôn tập khá kĩ rồi ạ, chỉ là em vẫn hơi phân vân trong việc chọn cho mình một trường đại học phù hợp.
Bảo Nam:	Cà phê đá mà bạn thích đây! Hai anh em làm quen với nhau rồi chứ? Cậu em tôi đây học giỏi các môn Tự nhiên như Toán, Lý, Hóa hơn là các môn Xã hội, nên dạo này đang tranh thủ sang nhờ tôi kèm thêm Ngữ văn và Tiếng Anh.

Quốc Tuấn:	Anh Nam là thần đồng lớp anh ngày xưa ấy. Em hãy tận dụng triệt để vào. À mà em có được chọn nhiều trường đại học trong nguyện vọng của mình không?
Em Thành:	Dạ có. Mỗi học sinh được phép chọn tối đa 30 nguyện vọng và mỗi một nguyện vọng đều phải trả phí. Trước khi viết hồ sơ tuyển sinh đại học, thầy cô giáo ở trường cũng hướng dẫn cho bọn em rất chi tiết quy định và cách thức viết để không mắc phải lỗi sai ạ.
Quốc Tuấn:	Vậy thì quá tốt rồi! Anh cho rằng em cứ sắp xếp thứ tự nguyện vọng theo sở thích và mong muốn của mình là được. Ngày trước, ba mẹ anh thấy học ở Việt Nam nhiều áp lực nên hết cấp hai là cho anh sang Mỹ học.
Bảo Nam:	Thảo nào ngày ấy bạn đột ngột đi, bỏ anh em, bỏ cả người thương. Mà quả thực kỳ thi đại học ở ta có nhiều áp lực! Bởi nhà nhà đều muốn con cái vào đại học, còn muốn học những trường nổi tiếng, những ngành hot... Nên học sinh phải bắt đầu chạy đua từ rất sớm, áp lực vô cùng lớn.
Quốc Tuấn:	Đến Nam "thần đồng" còn cảm thấy áp lực nữa là dân thường như chúng tôi. Mà tôi nghe nói trước đây học sinh còn phải dự thêm kỳ thi tuyển sinh đại học và cao đẳng nữa kia. Thời đó cạnh tranh rất khốc liệt, trong khoảng một triệu người dự thi, mỗi năm chỉ có khoảng 25% người trúng tuyển.
Bảo Nam:	Ngày trước tôi viết hẳn 10 nguyện vọng đấy! Thật may mắn, tôi đỗ ngay nguyện vọng đầu tiên vào trường mà tôi mơ ước. Nhưng... vào đại học rồi tôi mới nhận ra kết quả học tập không phải là mục đích duy nhất của việc học. Điều quan trọng hơn cả là chúng ta cần học cách phát hiện và giải quyết các vấn đề trong cuộc sống.

Quốc Tuấn:	Haha ai bảo ngày trước bạn là "mọt sách" làm chi. Rủ đi đá bóng cũng tiếc thời gian. Bây giờ bạn nhận ra vẫn chưa muộn đâu.
Em Thành:	Hai anh ơi, lúc sắp đến kỳ thi các anh có thấy hồi hộp không ạ? Các anh chia sẻ cho em chút kinh nghiệm với.
Bảo Nam:	Anh nghĩ tâm lý lúc nào cũng phải bình tĩnh, không nên quá căng thẳng, ăn ngủ đủ để có sức khỏe tốt. Luôn tự tin vào bản thân mình!
Quốc Tuấn:	Sát ngày thi quan trọng thì em đừng ôn tập nhiều quá, để cho đầu óc thư giãn, kết quả thi có lẽ sẽ tốt hơn.
Em Thành:	Vâng, em cảm ơn các anh. Công nhận thời gian trôi qua nhanh thật đấy! Chớp mắt một cái, ba năm cấp ba đã sắp trôi qua, em đứng trước bước ngoặt lớn đầu tiên của cuộc đời rồi. Em hỏi vui nhé, ngày xưa hai anh có thích ai không?
Quốc Tuấn:	Ối giời ơi anh nghe bạn bè nói anh của em thích nhiều chị lắm, cứ chị nào xinh là đi xin Facebook, nhắn tin quan tâm lắm!
	Anh tốt nghiệp ba năm rồi mà giờ vẫn thấy như mới hôm qua. Năm cuối cấp, anh cùng bạn mở một quán cà phê, vạn sự khởi đầu nan nên thực sự bận rộn. Phải đợi đến lễ tổng kết anh mới chụp bao nhiêu là ảnh cùng thầy cô, bạn bè, mong giữ lại chút kỉ niệm. Anh đâu có thời gian nghĩ đến chuyện yêu đương!
Bảo Nam:	Thôi thôi ai ngày xưa thấy gái lại gần là chạy mất dép, thích người ta mà chỉ dám đứng từ xa nhìn! Xạo em nó cười cho đấy!
Quốc Tuấn:	Tình cảm tuổi học trò cũng là một kỉ niệm đáng nhớ! Nó trong sáng và tươi đẹp, có khi hai người còn giúp đỡ nhau trong học tập nữa. Nhưng mà cũng không nên lún sâu quá, dễ ảnh hưởng xấu đến bản thân và cả bạn kia nữa. Mà Thành hỏi thế chắc có cô nào lọt vào mắt xanh rồi hả?

Em Thành:	Đâu anh! Em hỏi chơi thôi, chứ em đẹp trai thật nhưng mà tình yêu thì dành trọn cho quê hương đất nước.
Bảo Nam:	Thôi em chém gió chứ gì? Anh là anh của em 18 năm rồi. Anh lại không nhìn thấu em sao!
Quốc Tuấn:	Đừng trêu nữa, mặt em nó đỏ hết lên rồi kìa! Cũng không còn sớm nữa, anh với anh Nam đi có việc chút, hôm khác anh lại qua chơi. Thành cố gắng ôn thi thật tốt nha!
Em Thành:	Vâng, hôm nào anh rảnh lại ghé nhé!

Từ Mới 生詞   ▶MP3-4.3

rèn luyện	訓練	bỏ người thương	拋棄自己喜歡的人
tư duy	思維；思考	chạy đua	賽跑
tu dưỡng	修養	khốc liệt	激烈的；酷烈的
tính kỷ luật	紀律（名詞）	trúng tuyển	錄取；被選上
cải cách	改革	mọt sách	書呆子
nhận định	認定	tiếc thời gian	愛惜時間
áp lực	壓力；有壓力的	căng thẳng	緊張的
giấy khen	獎狀	sát	貼近；緊靠
ngưỡng cửa	（大學）之門	chớp mắt một cái	轉眼之間
thích ứng	適應	bước ngoặt lớn	重要關頭
ý thức	意識	lễ tổng kết	結業典禮；閉幕式
ươm trồng	栽培；培養孵化	yêu đương	談戀愛
bước ra	走出；步入（社會）	xạo	說假話
đợt này / đợt trước	這次／上次	trong sáng	純潔的；明亮的
cánh cửa đại học	（步入）大學之門	tươi đẹp	明媚的；優美的
phân vân	猶豫	lún sâu	沉溺
môn lý	物理學	lọt vào mắt xanh	吸引目光
môn hóa	化學	dành trọn	全部獻給……；全部都給……
kèm thêm	補充教學以讓某人能額外學習（補習）	nhìn thấu	看穿；了解
thần đồng	神童	trí nhớ siêu việt	超絕非凡的記憶

tận dụng triệt để	見縫插針	ám chỉ	暗指
hồ sơ tuyển sinh	招生資料	vòng vo	拐彎抹角
cách thức	方式	thuốc nam	南藥（越南藥材）
mắc phải	罹患；遭遇	thảo dược	草藥
đột ngột	突然；溘然	nón lá	斗笠

Đọc Hiểu 閱讀理解

Dựa vào nội dung hội thoại hãy trả lời các câu hỏi dưới đây.

1) Quan hệ giữa Tuấn và Nam là gì?

_____

2) Tại sao Thành lại có mặt ở nhà của Nam?

_____

3) Học sinh Việt Nam được đăng ký bao nhiêu nguyện vọng xét tuyển vào đại học?

_____

4) Tại sao Tuấn không học cấp ba ở Việt Nam mà lại sang Mỹ du học?

_____

5) Theo Nam, kỳ thi đại học ở Việt Nam có nhiều áp lực là do đâu?

_____

6) Sau khi vào đại học, Nam mới nhận ra điều gì?

_____

7) Tuấn đã làm gì trong lễ tổng kết cuối cấp? Tại sao?

_____

8) Trong nội dung hội thoại, tình yêu tuổi học trò được nhắc đến như thế nào?

_____

Luyện Tập Từ Vựng 詞彙練習

1. Dựa vào nội dung hội thoại, tìm từ phù hợp với định nghĩa cho sẵn.

phân vân	mắc phải	mọt sách	lún sâu
thần đồng	chạy đua	khốc liệt	dành trọn

1) _____ : (tính từ) có tác hại đến mức đáng sợ, khủng khiếp.

2) _____ : giữ lại tất cả (trọn vẹn) thứ gì đó cho ai hoặc việc gì.

3) _____ : chẳng may gặp chuyện không hay trong cuộc sống.

4) _____ : thi sức, thi tài để giành được phần thắng, phần hơn.

5) _____ : chỉ những người có năng khiếu đặc biệt, thông minh hơn người từ khi còn ít tuổi.

6) _____ : đang suy nghĩ, do dự chưa biết nên quyết định như thế nào.

7) _____ : ① sụt xuống do nền không chịu được sức đè nặng bên trên; ② sa vào điều xấu, chuyện không tốt.

8) _____ : từ thường dùng để ví những người chăm học và ham thích đọc sách. Nó đôi khi còn được dùng với nghĩa tiêu cực để nói những người chỉ biết có sách vở, sống xa rời thực tế.

2. Chọn từ cho sẵn trong phần 1 để hoàn thành các câu sau.

1) Nhiều người thường nói: "bạn đừng sợ hãi khi _____ sai lầm mà hãy tự rút ra bài học cho bản thân mình, bản lĩnh hơn để không phạm phải những sai lầm tương tự trong tương lai".

2) Cô ấy đang _____ không biết nên lựa chọn giữa đi Việt Nam làm việc để có mức lương và cơ hội thăng tiến tốt hơn hay ở lại công ty mẹ tại Đài Loan.

3) Cả thế giới đều quan tâm theo dõi tin tức về cuộc _____ vào chiếc ghế Tổng thống Mỹ của các ứng cử viên.

4) Akim Camara có trí nhớ siêu việt trong âm nhạc. Cậu bắt đầu chơi vĩ cầm từ khi 2 tuổi và được coi là _____ violin tại Berlin.

5) Với cô ấy, một đêm hoàn hảo là được nằm dài trên ghế hoặc trên giường với một cuốn sách yêu thích và đắm mình trong đó. Theo bạn, cô ấy có phải là _____ hay không?

6) Thế giới ảo quả có một sức hút to lớn với giới trẻ! Nhưng tôi nghĩ với trẻ vị thành niên, ba mẹ vẫn nên nhắc nhở, tránh việc trẻ _____ trong game online sẽ ảnh hưởng tiêu cực đến sức khỏe và tâm lý của trẻ.

7) Câu tục ngữ "thương trường như chiến trường" muốn ám chỉ sự cạnh tranh _____ trong kinh doanh, để thắng được đối thủ của mình và mở rộng thị phần, các doanh nghiệp đôi khi phải dùng cả chiến lược "cá lớn nuốt cá bé".

3. Chọn từ phù hợp để điền vào chỗ trống.

1) (   ) Nhờ chăm chỉ học tập mỗi ngày nên anh ấy đã đạt được thành tích xuất sắc trong bài _____ lần này.

   A. kiểm tra   B. thanh tra

   C. tuần tra   D. tra cứu

2) (   ) Câu nói của Bác Hồ: "Các Vua Hùng đã có công dựng nước, Bác cháu ta phải cùng nhau giữ lấy nước" không chỉ khẳng định công lao to lớn của các thế hệ _____ đi trước mà còn là lời nhắc nhở các thế hệ mai sau phải có trách nhiệm trong việc bảo vệ và xây dựng đất nước.

   A. cha mẹ   B. cha cố

   C. cha ông   D. cha già

3) (   ) Sinh viên thường không thích việc phải _____ trên lớp, họ thích được giáo viên cung cấp ý tưởng và họ sẽ tự chủ động tìm phương pháp học phù hợp.

   A. trả lại   B. trả bài

   C. trả nợ   D. trả giá

4) (   ) Một trong những hạn chế của việc học trực tuyến là sinh viên có ít cơ hội để _____ trực tiếp với giáo viên và thảo luận cùng bạn học.

   A. trao quyền   B. trao trả

   C. trao đổi   D. trao tặng

5) (   ) Bên cạnh kiến thức chuyên môn thì khả năng ngoại ngữ và tin học cũng là những _____ cần thiết của sinh viên trước khi rời khỏi trường đại học.

   A. nữ trang   B. nghiêm trang

   C. cải trang   D. hành trang

4. Viết thêm các từ liên quan đến danh mục dưới đây.

Học hành:

_____

_____

_____

Thi cử:

_____

_____

_____

Ngữ Pháp 語法筆記　　　　　　　　　　　　　▶MP3-4.4

---

1. cho rằng, cho là「認為 / 相信」

⊙ Anh ấy cho rằng xã hội ngày nay vẫn còn tồn tại bất bình đẳng nam nữ trong một số lĩnh vực, đặc biệt là tại nơi làm việc.

他認為現今社會的某些領域中仍存在著男女不平等，尤其是在工作場所。

Giải thích
語法說明

- Động từ "cho rằng, cho là" nghĩa là "to think, believe", được dùng để thể hiện quan điểm của chủ ngữ. Trong đó, "cho là" thường dùng nhiều hơn trong văn nói.

- 動詞「cho rằng, cho là」的意思為「認為、相信」，用來表現主語的觀點。其中，「cho là」較常使用於口語。

Ví dụ

· Tôi cho rằng kế hoạch này rất khả thi, chúng ta nên mau chóng đưa vào thực hiện.

· Đeo khẩu trang và sát khuẩn tay thường xuyên được cho là cách tốt để phòng chống dịch bệnh.

· Anh ấy cho rằng bạn đang nói chuyện vòng vo làm mất thời gian của anh ấy.

· _____

_____

· _____

_____

· _____

_____

2. thảo nào, chả trách, chẳng trách 「難怪」

⊙ Tháng Chạp rồi thảo nào trong siêu thị đâu đâu cũng bày bán hàng Tết, người người đều bận rộn dọn dẹp nhà cửa, chuẩn bị đón Tết.

到農曆 12 月了，難怪超市裡到處都在賣年節商品，人人也都忙著打掃家裡，準備迎接新年。

Giải thích 語法說明

– "thảo nào, chả trách, chẳng trách" được dùng trong văn nói ở miền Bắc, để chỉ sự việc trước đây không hiểu hay thấy lạ nhưng sau đó biết nguyên nhân thì không còn thấy ngạc nhiên nữa. "Nguyên nhân + thảo nào / chả trách / chẳng trách + kết quả" tương đương với "nguyên nhân + hèn gì / hèn chi + kết quả" của miền Nam.

– 「thảo nào, chả trách, chẳng trách」為北部口語用法，用來指某件先前尚未瞭解或認為奇怪的事，但後來知道原因後則不再感到驚訝。北部用語的「原因 + thảo nào / chả trách / chẳng trách + 結果」相當於南越用語「原因 + hèn gì / hèn chi + 結果」。

Ví dụ

· Đêm qua có mưa lớn, thảo nào hôm nay thời tiết thật dễ chịu.

· Chị ấy mới có người yêu, chả trách gần đây thấy chị ấy rất vui.

· Sắp đến thi giữa kỳ, chẳng trách thư viện hết chỗ ngồi. Thôi mình đành về ký túc xá học bài vậy!

· _____

· _____

· _____

3. ngay / đến + N1 + còn... nữa là + N2 「連……都……，更何況是……」

⊙ Ngay cả anh ấy là chuyên gia về tin học còn không biết máy tính có vấn đề gì nữa là một người bình thường như tôi.

連身為資訊學專家的他都不知道電腦出了什麼問題，更何況是像我這樣的普通人。

<table>
<tr><td>Giải thích
語法說明</td><td>– Cấu trúc này để khẳng định ý điều gì đó không xảy ra hoặc không đúng với "đối tượng thứ nhất / N1", thì nhất định không thể xảy ra hoặc không thể đúng với "đối tượng thứ hai / N2".

– 此句型用來強調若某件事情不會發生在「第一對象 / N1」身上，就絕對不可能發生在「第二對象 / N2」身上。</td></tr>
<tr><td>Ví dụ</td><td>· Chỉ còn ba tuần nữa là đến kỳ thi chuyển cấp, đến thần đồng như bạn còn thấy lo lắng, không dám đi chơi nữa là mình.

· Cô ấy nói với tôi rằng cô ấy quyết định ăn chay để bảo vệ môi trường nên ngay cả trứng còn không ăn nữa là thịt nướng.</td></tr>
<tr><td>Chú ý</td><td>Ngược lại "ngay / đến + N1 + không... + còn... nữa là + N2" thì khẳng định khi "đối tượng thứ nhất" còn xảy ra hoặc đúng, thì nhất định cũng sẽ đúng với "đối tượng thứ hai". (反之，「ngay / đến + N1 + không... + còn... nữa là + N2」則是對「第一對象」而言，若某件事發生或正確，那麼對「第二對象」來說，也一定是正確的，相當於中文的「連……不……都……，更何況……」。)</td></tr>
<tr><td>Ví dụ</td><td>· Đến cả tôi không phải người Việt còn hiểu câu " chạy mất dép" nữa là người Việt.

· Ngay cả mình không phải người Đài Loan còn biết đến Đài Bắc 101 nữa là các bạn.

· _____</td></tr>
</table>

4. bao nhiêu là + danh từ 「數不清的＋名詞」

⊙ Sắp đến ngày Quốc khánh mồng 2 tháng 9, ta có thể thấy bao nhiêu là cờ hoa trên khắp các nẻo đường thành phố.

九月二號的國慶日就快來臨了，我們可以看到城市的路上有著數不清的國旗。

Giải thích 語法說明	

– Ngữ pháp này được dùng trong văn nói. "bao nhiêu là" thường đứng trước danh từ, dùng trong câu cảm thán để thể hiện một số lượng lớn của cái gì đó.

– 此句型使用在口語中。「bao nhiêu là」（數不清的）常放在名詞前方，並在感嘆句中表現某事物數量之大。

Ví dụ	

· Hôm nay có bao nhiêu là bài tập về nhà phải hoàn thành!

· Quả đúng là "khi ta ở chỉ là nơi đất ở, khi ta đi đất bỗng hóa tâm hồn". Mái trường này đã gắn liền với bao nhiêu là kỉ niệm đẹp của tuổi thơ tôi.

· _____

· _____

· _____

· _____

Luyện Nói 口語練習

1. Hãy dùng ngữ pháp đã học "cho rằng / cho là" hoặc "thảo nào / chả trách / chẳng trách" để hoàn thành đoạn hội thoại.

Ví dụ

Ông Hải: Nghe nói ông rất giỏi trong thuật pha trà và thưởng trà, ông có thể chỉ cho tôi đôi điều không?

Ông Hợp: Tôi cũng không biết gì nhiều nhưng tôi cho rằng chúng ta cần phân biệt từng loại trà và dùng nước với nhiệt độ phù hợp để pha. Như loại trà xanh chúng ta đang uống thì nhiệt độ phù hợp là khoảng 75 đến 85 độ, không nên dùng nước sôi 100 độ.

1) *Nam:* Cuối tuần trước Hoa đến chơi và dùng bữa cùng gia đình mình. Khi ăn món canh chua mẹ mình nấu, cô ấy nói đó là món canh ngon nhất mà cô ấy từng ăn khiến mẹ mình vui cả tuần nay.

   Mai: _____

   _____

2) *Hạnh:* Chồng mình rất quan tâm đến thảo dược và một số cây thuốc nam nên gần đây đang định tìm mua một mảnh vườn khoảng 500 m^2 để trồng và nghiên cứu về cây thuốc.

   Tuấn: _____

   _____

3) *Dương:* Nghe nói Hồng chơi cờ vua từ nhỏ và rất giỏi môn này. Cô ấy còn nhiều lần đạt giải quốc gia cơ đấy.

   Vy: _____

   _____

4) *Minh:*   Hoàng là một người rất chăm chỉ và nỗ lực trong học tập.
                 Để tiết kiệm thời gian cậu ấy thường ít khi tham gia các hoạt
                 động ngoại khóa của trường.

    Văn: _____

                 _____

5) *Nam:*   Bạn xem này, nhóm nhảy 218 đã kết hợp nón lá với âm nhạc
                 dân tộc và ánh sáng hiện đại để mang đến một phần trình diễn
                 ấn tượng tại cuộc thi tìm kiếm tài năng thế giới tối qua.

    Cường: _____

                 _____

6) *Thắng:*   Nam rất hào hứng vì cuối tuần này nhóm nhạc Hàn Quốc mà
                 cậu ấy thần tượng sẽ đến Hà Nội biểu diễn thì phải.

    Hùng: _____

                 _____

2. Dùng các mẫu câu ở phần ngữ pháp để tiến hành hội thoại theo nhóm.

Lần thứ nhất: Hai sinh viên tạo thành một nhóm, thực hành hội thoại về chủ đề "học tập và thi cử". Hãy tham khảo các từ vựng liên quan đến học tập và thi cử ở bảng phía dưới.

Lần thứ hai: Thay đổi thành viên giữa các nhóm và tiếp tục thực hành hội thoại.

Một số từ vựng liên quan đến học tập và thi cử ở Việt Nam

Mẫu giáo	幼兒園	thi cuối kỳ	期末考
Tiểu học (cấp 1)	小學；國小	thi tốt nghiệp	畢業考試
Trung học cơ sở (cấp 2)	國中	thi đầu vào	入學考試
Trung học phổ thông (cấp 3)	高中	thi TOEFL	托福英文檢定
Đại học	大學	thi công chức	公職考試
Sau đại học	研究所	đề thi	考題；考卷
học sinh	學生	học tủ	選擇性、策略性地背書（多指貶義）
sinh viên	大學生	học vẹt	死記；硬背
nghiên cứu sinh	研究生	học thuộc lòng	背書；背熟
cựu sinh viên	校友	học thêm	補習
học vị cử nhân	學士學位	sách tham khảo	參考書
học vị thạc sĩ	碩士學位	sách giáo khoa	參考教材
học vị tiến sĩ	博士學位	Toán học	數學
chuyên ngành	專業；主修	Ngữ văn	語文
song ngành	雙主修；雙學位	Ngoại ngữ	外語
ngành phụ	輔系	Vật lý	物理

kiểm tra miệng	口頭小考；口頭報告	Hóa học	化學
kiểm tra bài cũ	複習小考	Sinh học	生物
kiểm tra 15 phút	15 分鐘小考	Địa lý	地理
thi	考；考試	Lịch sử	歷史
thi giữa kỳ	期中考	Giáo dục công dân	公民教育

114

Luyện Viết 寫作練習

1. Dùng cấu trúc "ngay / đến... còn... nữa là..." hoặc "ngay / đến... không... còn... nữa là..." và các từ cho sẵn để viết thành câu hoàn chỉnh.

1) ẩm thực truyền thống tại chợ đêm / người Đài Loan / bị hấp dẫn / khách du lịch nước ngoài

_____

_____

2) một số đồ ăn nhanh / McDonald's và KFC / không tốt cho sức khỏe / người lớn / thích ăn / trẻ nhỏ

_____

_____

3) đảm bảo an toàn thực phẩm / người tiêu dùng / đồ ăn ở chợ truyền thống / cần ghi rõ ngày tháng sản xuất và hạn sử dụng / đồ ăn trong siêu thị

_____

_____

4) theo một số nghiên cứu / người không hút thuốc / ảnh hưởng đường hô hấp và có nguy cơ bị ung thư phổi / hít phải khói thuốc / người hút thuốc trực tiếp

_____

_____

5) đừng khách sáo / người không quen biết / gặp khó khăn /giúp đỡ / bạn bè

_____

_____

2. Dùng cấu trúc "bao nhiêu là" để hoàn thành câu.

1) Em xem kìa, bao nhiêu là _____

_____

2) Để phù hợp với sự phát triển nhanh mạnh về kinh tế, Chính phủ đã xây dựng bao nhiêu là _____

_____

3) Anh ấy rất thích chơi quần vợt và cầu lông nên đã _____

_____

4) Cuộc sống quanh ta còn có biết bao nhiêu là _____

_____

5) Vào đại học, tôi đã tham gia rất nhiều hoạt động khác nhau. Điều đó không những giúp tôi học hỏi được những kiến thức phong phú mà còn gặp gỡ bao nhiêu là _____

_____

3. Đặt câu với những từ và ngữ pháp cho sẵn.

1) phân vân: _____

_____

2) mắc phải: _____

_____

3) chạy đua: _____

_____

4) khốc liệt: _____

_____

5) thảo nào: _____

_____

6) bao nhiêu là: _____

_____

7) cho rằng: _____

_____

8) bước ngoặt lớn: _____

_____

4. Viết và thảo luận

1) Sưu tầm một vài hình ảnh hoặc một video (5-10 phút) về chủ đề học tập hoặc kỳ thi tốt nghiệp. Hãy cùng thảo luận và đưa ra ý kiến cá nhân về hình ảnh đó.

2) Chia sẻ những câu chuyện đặc biệt hay kỉ niệm đáng nhớ của bản thân về chuyện học tập và thi cử.

3) Có câu nói: "Nếu muốn thành công, bên cạnh nỗ lực thì chúng ta cần đặt cho mình những mục tiêu khả thi và có lộ trình cụ thể để thực hiện chúng." Bạn có đồng ý với câu nói này không? Hãy trình bày quan điểm cá nhân của mình.

Ngừng mơ mộng, hãy hành động

"Vạn sự khởi đầu nan - 萬事起頭難"

1. **"vạn"**: mười nghìn, mang nghĩa rất nhiều; **"vạn sự"** để chỉ tất cả mọi việc, mọi điều trong cuộc sống.

2. **"khởi đầu"** chỉ sự bắt đầu của một việc nào đó.

3. **"nan"** chỉ gian nan, khó khăn và vất vả.

Câu thành ngữ "vạn sự khởi đầu nan" mang nghĩa: bất kể việc gì khi bắt đầu nhất định sẽ có những khó khăn, thách thức cần phải vượt qua. Mọi việc trong cuộc sống, từ học tập, làm việc đến kinh doanh đều có những khó khăn nhất định. Nhưng chỉ cần chúng ta kiên trì vượt qua những trở ngại ban đầu thì nhất định sẽ thành công.

Tài Liệu Tham Khảo 參考資料

[1] Tuệ Nguyễn (2021). Thi cử quá nhiều lấy đi cơ hội phát triển của học sinh. Báo Thanh Niên.

https://thanhnien.vn/thi-cu-qua-nhieu-lay-di-co-hoi-phat-trien-cua-hoc-sinh-post1063476.html

Bài 5

Phát triển
kinh tế
———
經濟發展

Việt Nam là một nền kinh tế mới nổi, hoạt động theo nguyên tắc thị trường định hướng xã hội chủ nghĩa. Với tốc độ tăng trưởng kinh tế nhanh (trung bình khoảng 6,5% trong 10 năm qua), Việt Nam trở thành một điểm sáng thu hút đầu tư tại Đông Nam Á. Đặc biệt, việc trở thành thành viên của

Tổ chức Thương mại Thế giới (WTO) đã giúp Việt Nam hội nhập nhanh vào nền kinh tế toàn cầu. Sự kiện này không chỉ mở ra nhiều cơ hội mà còn mang lại lợi ích kinh tế to lớn cho Việt Nam trong dài hạn [1]. Khi Hoa Kỳ và liên minh Châu Âu dỡ bỏ hàng loạt hạn ngạch nhập khẩu đối với các sản phẩm nông sản, dệt may, thép và đồ gia dụng thì cơ hội xuất khẩu của Việt Nam sẽ được mở rộng. Đến năm 2021, nước có quy mô dân số lớn thứ 13 thế giới - Việt Nam đã lọt vào nhóm 20 nền kinh tế hàng đầu về thương mại quốc tế [2].

1. Theo bạn, khi muốn đầu tư kinh doanh ở nước ngoài, người ta thường chú ý đến những gì?

_____

2. Hãy chia sẻ điều bạn quan tâm khi nghĩ về nền kinh tế của một nước?

_____

3. Bạn thấy tăng trưởng kinh tế có ý nghĩa như thế nào với một quốc gia?

_____

Nghe Hiểu 聽力理解   ▶MP3-5.2

1. Chọn Đúng (Đ) hay Sai (S) theo nội dung hội thoại.

1) (   ) Anh Hoàng thấy mấy năm gần đây nền kinh tế của Việt Nam phát triển đáng kinh ngạc.

2) (   ) Anh Hoàng muốn tìm cơ hội kinh doanh để làm giàu.

3) (   ) Nếu áp dụng hình thức đầu tư trực tiếp nước ngoài, nhà đầu tư không cần trực tiếp quản lý hoạt động kinh doanh.

4) (   ) Giá nhân công ở Việt Nam rất cạnh tranh và Chính phủ có chính sách ưu đãi để thu hút vốn đầu tư.

5) (   ) Việt Nam có nhiều ưu đãi cho các dự án mới, đặc biệt là các dự án công nghệ cao.

6) (   ) Việt Nam là một thiên đường thuế do người dân chỉ phải đóng thuế rất thấp.

7) (   ) Một số tập đoàn điện tử lớn như Samsung, Fushan và Cannon đều có cơ sở sản xuất ở tỉnh Bắc Giang.

8) (   ) Các công ty nước ngoài sẽ được miễn thuế trong 4 năm đầu và giảm 50% thuế trong 9 năm tiếp theo.

9) (   ) Bắc Ninh là một tỉnh thuộc miền Nam Việt Nam.

10) (   ) Khi sang Việt Nam nếu cần hỗ trợ thì anh Hoàng có thể liên hệ với chị Phương.

2. Chọn đáp án đúng nhất theo nội dung hội thoại.

1) (   ) Hình thức đầu tư trực tiếp nước ngoài có đặc điểm gì?

   A. Là hình thức đầu tư phổ biến

   B. Là hình thức đầu tư dài hạn

   C. Nhà đầu tư trực tiếp nắm quyền quản lý

   D. Cả A / B / C

2) (   ) Chia sẻ của chị Phương về thị trường Việt Nam không bao gồm điều gì?

   A. Việt Nam có nguồn nhân lực dồi dào

   B. Việt Nam có quy mô dân số lớn

   C. Việt Nam có cơ cấu lao động trẻ

   D. Việt Nam có chính trị ổn định

3) (   ) Những năm gần đây, cơ cấu kinh tế của Việt Nam đang nghiêng về:

   A. Lĩnh vực công nghiệp

   B. Lĩnh vực nông nghiệp

   C. Lĩnh vực dịch vụ

   D. Lĩnh vực thương mại

4) (   ) Thành phần kinh tế chính của Việt Nam không bao gồm?

   A. Kinh tế nhà nước

   B. Kinh tế có vốn đầu tư nước ngoài

   C. Kinh tế tập thể

   D. Kinh tế tư nhân

Hội Thoại 會話   ▶MP3-5.2

Chị Phương là một nhà đầu tư tại Việt Nam. Anh Hoàng muốn hỏi ý kiến của Chị Phương về tình hình kinh tế và môi trường đầu tư ở Việt Nam. Hãy nghe nội dung hội thoại giữa họ.

Anh Hoàng: Chào chị Phương. Xin lỗi tôi có thể làm phiền chị một chút được không?

Chị Phương: Dạ, có chuyện gì anh cứ nói?

Anh Hoàng: Chị đã đầu tư ở Việt Nam nhiều năm, xin chị chỉ cho tôi vài điều về đầu tư và kinh doanh. Tôi thấy kinh tế Việt Nam mấy năm gần đây phát triển đáng kinh ngạc.

Chị Phương: Ồ, anh định làm thêm nghề tay trái, lấn sân cả sang kinh doanh sao?

Anh Hoàng: Vâng. Thưa thật với chị, vợ chồng tôi có ít vốn nên bàn với nhau, muốn tìm cơ hội kinh doanh chứ cả đời làm công ăn lương thì khó mà giàu nổi.

Chị Phương: Thế ạ! Anh chị đã dự định kinh doanh lĩnh vực gì chưa?

Anh Hoàng: Tôi nghe nói làm ăn ở Việt Nam rất dễ nhưng chưa biết phải bắt đầu từ đâu. Tôi thấy bạn bè hay nói đến đầu tư trực tiếp nước ngoài nhưng tôi không hiểu lắm.

Chị Phương: Dạ, đó là hình thức đầu tư rất phổ biến. Tôi xin giải thích để anh hiểu. Đầu tư trực tiếp ra nước ngoài là hình thức đầu tư dài hạn của cá nhân hoặc tổ chức bằng cách thành lập doanh nghiệp. Nhà đầu tư sẽ trực tiếp nắm quyền quản lý hoạt động kinh doanh của mình.

Anh Hoàng: Vậy nếu tôi sang đó mở nhà máy sản xuất màn hình máy tính rồi xuất khẩu về Đài Loan và đi Hàn Quốc, chị thấy có khả thi không?

Chị Phương:	Ý tưởng này rất hay, anh có thể nghiên cứu thị trường thêm ạ. Theo đánh giá chung thì Việt Nam có nguồn nhân lực dồi dào, cơ cấu dân số trẻ, lao động có tay nghề, đặc biệt chính trị ở đây ổn định nên anh có thể yên tâm đầu tư lâu dài.
Anh Hoàng:	Vâng. Về sự tăng trưởng và quá trình phát triển kinh tế của Việt Nam, chị có nhận định thế nào ạ?
Chị Phương:	Tôi thấy Việt Nam đang phát triển rất nhanh. Nếu xét về cơ cấu kinh tế thì trước đây Việt Nam phụ thuộc nhiều vào lĩnh vực nông nghiệp và dịch vụ nhưng gần đây, cơ cấu đã nghiêng sang lĩnh vực công nghiệp. Còn về thành phần kinh tế, Việt Nam có 3 thành phần kinh tế chính là kinh tế nhà nước, kinh tế tư nhân và kinh tế có vốn đầu tư nước ngoài. Trong đó, thành phần có vốn nước ngoài phát triển cực nhanh và đóng góp đáng kể vào tăng trưởng gần đây của Việt Nam.
Anh Hoàng:	Vâng. Mà nói đến phát triển, tôi đột nhiên nghĩ đến cơ sở hạ tầng. Cơ sở hạ tầng ở Việt Nam tốt chứ ạ?
Chị Phương:	Dạ cơ sở hạ tầng ở đây chưa thật tốt, vẫn đang trong quá trình phát triển để hoàn thiện anh ạ. Nhưng với mức đầu tư 6% GDP hàng năm vào cơ sở hạ tầng thì tôi tin trong tương lai gần tình hình sẽ thay đổi.
Anh Hoàng:	Vâng tôi rất quan tâm đến điều này. Tôi cũng nghe nói giá nhân công tại Việt Nam rất cạnh tranh và Chính phủ còn có ưu đãi để thu hút vốn đầu tư phải không chị?
Chị Phương:	Dạ. Theo tôi được biết thì khi anh mở công ty tại Việt Nam, anh sẽ được miễn thuế trong 4 năm đầu và giảm 50% thuế trong 9 năm tiếp theo [3]. Ngoài ưu đãi về thuế, Chính phủ Việt Nam còn có một số ưu đãi khác cho các dự án đầu tư mới, đặc biệt là với dự án công nghệ cao.

Anh Hoàng: Nghe thật hấp dẫn, giống như một thiên đường thuế, chị nhỉ!

Chị Phương: Nếu anh thực sự muốn đầu tư vào lĩnh vực công nghệ, tôi đề xuất anh chọn tỉnh Bắc Ninh để xây dựng nhà máy. Tỉnh này thuộc miền Bắc Việt Nam, chỉ cách Hà Nội khoảng 30 km về phía Đông Bắc, giao thông rất thuận tiện. Một số tập đoàn điện tử như Samsung, Fushan và Canon đều có cơ sở sản xuất tại đây.

Anh Hoàng: Vâng. Nhiều tập đoàn lớn đầu tư như vậy thì chắc chắn cơ sở hạ tầng không tồi rồi. Tôi sẽ thu xếp thời gian để hè này sang Việt Nam một chuyến, tìm hiểu tình hình cụ thể.

Chị Phương: Nếu sang đó có việc gì cần hỗ trợ, xin anh cứ gọi cho tôi.

Anh Hoàng: Nhất định ạ. Hôm nay tôi quả thật là rất vui! Cảm ơn chị nhiều lắm!

Chị Phương   Không có gì ạ. Chúc anh sẽ đầu tư thành công.

mới nổi	新興	nguồn nhân lực	人力資源
tăng trưởng	增長；成長	dồi dào	豐富；旺盛
Tổ chức Thương mại Thế giới	世界貿易組織	cơ cấu dân số	人口結構
dài hạn	長期	tay nghề	手藝；做工
dỡ bỏ	拆除；拆毀；去掉	cơ cấu kinh tế	經濟結構
hạn ngạch nhập khẩu	進口配額	nghiêng	偏向；傾斜
dệt may	裁縫；縫製	thành phần kinh tế	經濟成分
thép	鋼	kinh tế nhà nước	國有經濟
quy mô dân số	人口規模	kinh tế tư nhân	民營經濟
lọt vào	入選	kinh tế có vốn đầu tư nước ngoài	外商投資經濟
thương mại quốc tế	國際貿易	kinh tế tập thể	集體經濟
xin ý kiến	徵求意見	hoàn thiện	完善的
đáng kinh ngạc	驚人的	nhân công	人工；勞動
nghề tay trái	副業	cạnh tranh	競爭
lấn sân	跨入；跨越；具侵略性（用於球類運動）	ưu đãi	優待；優惠
vốn	成本；資本	miễn thuế	免稅
lĩnh vực	領域	dự án đầu tư	投資項目；投資計畫
đầu tư trực tiếp nước ngoài	外國直接投資；外商直接投資	công nghệ cao	高科技

nắm quyền	掌權	thiên đường thuế	租稅天堂
nhà máy	工廠	đề xuất	建議；請求
màn hình	螢幕	tập đoàn điện tử	電子集團
khả thi	可行；可行性	gia nhập	加入
nghiên cứu thị trường	市場研究；市場調查	toàn cầu hóa	全球化

Đọc Hiểu *閱讀理解*

Dựa vào nội dung hội thoại và trả lời các câu hỏi dưới đây.

1) Vì sao anh Hoàng muốn xin ý kiến chị Phương về chuyện đầu tư và kinh doanh?

_____

_____

2) Theo chị Phương thì thị trường Việt Nam được đánh giá chung ra sao?

_____

_____

3) Thành phần kinh tế nào đang đóng góp tích cực vào tăng trưởng kinh tế của Việt Nam?

_____

_____

4) Chính phủ Việt Nam có những ưu đãi nào để thu hút vốn đầu tư?

_____

_____

5) Có vẻ anh Hoàng đang cân nhắc đầu tư vào lĩnh vực nào?

_____

_____

6) Lý do chị Phương đề xuất anh Hoàng chọn Bắc Ninh làm nơi mở nhà máy?

_____

_____

7) Anh Hoàng dự định sẽ làm gì trước khi quyết định đầu tư?

_____

_____

Luyện Tập Từ Vựng 詞彙練習

1. Theo nội dung hội thoại, tìm từ phù hợp với định nghĩa cho sẵn ở bên dưới.

thị trường mới nổi	dỡ bỏ	nắm quyền	nghiêng
thiên đường thuế	nghề tay trái	hoàn thiện	lấn sân

1) _____ : thường là nghề phụ được làm sau giờ hành chính, giúp người lao động tăng thêm thu nhập.

2) _____ : chỉ các quốc gia trong quá trình công nghiệp hóa và tăng trưởng nhanh.

3) _____ : (động từ) đảm nhận, nắm giữ quyền lực.

4) _____ : lấy ra lần lượt từng cái, từng phần theo thứ tự để bỏ đi hoặc ngừng lại không tiếp tục nữa.

5) _____ : dồn về sân đối phương để tạo thành thế áp đảo (trong thể thao); hay lấn sang phạm vi hoạt động của người khác.

6) _____ : là một khu vực mà về mặt pháp lý không đánh thuế hoặc áp dụng thuế suất thấp tính trên thu nhập, do đó trở thành một nơi hấp dẫn cho các cá nhân sống, đầu tư và các doanh nghiệp đặt trụ sở [4].

7) _____ : (động từ) ngả về một phía; (tính từ) lệch khỏi vị trí thẳng đứng, hướng chính diện.

8) _____ : (động từ) làm cho tốt hơn, trở nên đầy đủ đến mức thấy không cần làm gì thêm nữa; (tính từ) tốt và đầy đủ nhất.

2. Chọn từ cho sẵn trong phần 1 để hoàn thành các câu sau (không cần dùng tất cả các từ).

1) Hôm nay là ngày khu phố này chính thức được _____ lệnh phong tỏa sau 21 ngày cách ly vì COVID khiến ai nấy đều vui mừng.

2) Quá trình toàn cầu hóa là xu hướng tất yếu, có ảnh hưởng mạnh mẽ đến sự phát triển kinh tế của bất kỳ quốc gia nào, đặc biệt là với hoạt động thương mại tại các _____.

3) Khoa không chỉ là một sinh viên xuất sắc ở trường mà cậu ấy còn kiếm được thu nhập khủng nhờ hai _____ là kinh doanh và làm người mẫu ảnh.

4) Làn sóng biểu tình ở Myanmar lan rộng sau khi quân đội thực hiện đảo chính và lên _____ từ ngày 01/02/2021.

5) Theo tôi được biết thì hãng Apple đang định _____ sang một lĩnh vực hoàn toàn mới, đó là sản xuất ô tô tự lái.

6) Xây dựng và _____ hệ thống pháp luật là mục tiêu cấp bách của Chính phủ trong quá trình hội nhập quốc tế.

3. Chọn từ phù hợp để điền vào chỗ trống.

Phát triển 1)＿＿＿＿＿＿＿ là nhiệm vụ trọng tâm của Chính phủ Việt Nam trong giai đoạn 2010 - 2020. Để làm được điều này, Chính phủ cần phân bổ và sử dụng các 2)＿＿＿＿＿＿＿ một cách hiệu quả. Đặc biệt sử dụng ngân sách 3)＿＿＿＿＿＿＿ để đẩy mạnh xây dựng, phát triển cơ sở hạ tầng hiện đại. Thứ hai, Chính phủ cần tiếp tục nâng cao 4)＿＿＿＿＿＿＿ nguồn nhân lực và năng suất lao động của họ. Thứ ba, phát triển kinh tế cần đi đôi với bảo vệ môi trường, đảm bảo an sinh và công bằng xã hội. Chỉ khi phát huy được 5)＿＿＿＿＿＿＿ văn hóa và sức mạnh đại đoàn kết dân tộc, tăng cường được tiềm lực quốc phòng, an ninh thì chúng ta mới thực hiện được mục tiêu phát triển bền vững.

1) (　　) A. kinh doanh　　　　B. kinh tế
　　　　　C. kinh đô　　　　　D. kinh nghiệm

2) (　　) A. năng lực　　　　　B. động lực
　　　　　C. nguồn lực　　　　D. sức lực

3) (　　) A. thích hợp　　　　B. thích đáng
　　　　　C. phù hợp　　　　　D. cả A / B / C

4) (　　) A. chất lượng　　　　B. trọng lượng
　　　　　C. số lượng　　　　　D. cả A / B / C

5) (　　) A. giá thành　　　　B. giá lạnh
　　　　　C. giá trị　　　　　D. giá bìa

4. Viết thêm các từ liên quan đến các danh mục dưới đây.

Kinh tế:

_____

_____

_____

Phát triển:

_____

_____

_____

Ngữ Pháp 語法筆記　　　　　　　　　　▶MP3-5.4

---

1. xin lỗi... làm phiền... 「不好意思……麻煩／打擾」

⊙ Xin lỗi, tôi có thể làm phiền chị một chút không? Tôi có lịch hẹn với Giám đốc công ty lúc 10 giờ tại phòng họp số 5, xin chị chỉ giúp tôi phòng họp ở đâu ạ.

不好意思，我能打擾您一下嗎？我跟經理預約 10 點在第 5 會議室，您能告訴我會議室在哪裡嗎？

> Giải thích
> 語法說明

－ Mẫu câu này là cách nói lịch sự, được dùng khi muốn nhờ ai đó làm việc gì hoặc để mở đầu cho lời phàn nàn về vấn đề mà người nói gặp phải. Bạn cũng có thể sử dụng một số cấu trúc khác như: không biết là... có thể giúp tôi...; xin lỗi làm phiền; xin lỗi vì lại làm phiền; tôi e là có một vấn đề nhỏ với...

－ 此句型是有禮貌的說法，用於想拜託別人幫忙做某件事時，或是作為說話者遇到某個問題想要抱怨時的開場白。除了這個句型外，也可以使用一些不同的說法，例如「không biết là... có thể giúp tôi...」（我不知道……是否能幫我……）、「xin lỗi làm phiền」（不好意思打擾）、「xin lỗi vì lại làm phiền」（不好意思再次麻煩）、「tôi e là có một vấn đề nhỏ với...」（我擔心……有一點小問題）。

> Ví dụ

· Tôi xin lỗi, có thể làm phiền anh cho tôi mượn chiếc bút được không?

· Xin lỗi vì lại làm phiền, anh lấy giúp tôi hộp giấy ăn đằng kia được không?

· Xin lỗi, tôi không biết là anh có thể giúp tôi mang hành lý ra xe được không?

·

2. thế à / vậy hả 「是喔？/ 是嗎？/ 這樣嗎？」

⊙ Thế à? Bạn định đầu tư vào lĩnh vực gì? Khi nào sẽ sang Việt Nam?

是嗎？你打算投資哪個領域？什麼時候會去越南？

Giải thích 語法說明

– "thế à" là từ cảm thán được sử dụng thường xuyên trong văn nói của người miền Bắc nhằm biểu đạt thái độ ngạc nhiên, bất ngờ của người nói về một sự việc nào đó. "vậy hả" cùng nghĩa với "thế à" nhưng thường được dùng trong văn nói của người miền Nam. Chú ý, khi nói với người lớn tuổi hơn mình thì "thế à" được biến âm thành "thế ạ".

–「thế à」為感嘆詞，在北部人的口語中常用來表達說話者對於某事之驚訝、意外的態度。「vậy hả」與「thế à」同義，但為南部人使用之口語。注意，當和比自己年長的人說話時，需將「thế à」變音為「thế ạ」，以表示尊敬。

Ví dụ

· Vậy hả! Tôi cũng là người gốc Hải Phòng. Được gặp đồng hương ở đây thật vui quá!

· A: Cậu hãy đi cùng tôi tới buổi gặp đối tác vào thứ Hai tuần sau.

B: Vậy hả sếp. Em sẽ chuẩn bị hồ sơ thật cẩn thận.

· A: Tôi nghe một đồng nghiệp bên phòng kinh doanh nói tháng sau công ty dự định xuất khẩu thêm một lô hàng mới.

B: Thế à! Tháng này chúng ta chắc sẽ bận rộn lắm đây.

· _____

  _____

· _____

  _____

3. Theo tôi được biết + mệnh đề 「據我所知＋子句」

⊙ Theo tôi được biết thì quý công ty đang muốn tìm đối tác để mở rộng thị trường sang Việt Nam.

據我所知，貴公司正想找擴展越南市場的夥伴。

Giải thích 語法說明

– Mẫu câu này dùng trong văn nói, để diễn tả người nói biết điều gì đó về chuyện đang được nói đến, mặc dù không hoàn toàn chắc chắn. Nó nghĩa như là "as far as I know" hay "to the best of my knowledge" trong tiếng Anh.

– 此句型用於口語，表達說話者對於當前在談論的內容有一定的了解，儘管並不完全確定。意思類似「據我所知」。

Ví dụ

· Theo tôi được biết thì Cao Hùng là một thành phố công nghiệp quan trọng của Đài Loan.

· Theo mình được biết thì Việt Nam đã trải qua hơn một nghìn năm Bắc thuộc.

· Theo tôi được biết thì vải thiều của Việt Nam được xuất khẩu đi Nhật Bản, Hàn Quốc và hàng loạt nước Châu Âu.

· _____

· _____

· _____

· _____

138

4. quả thật là 「實在是 / 果真是 / 果然 / 真的」

⊙ Hôm nay tôi quả thật là rất vui! Cảm ơn sự đón tiếp nồng hậu của quý công ty.

今天我實在是很開心！感謝貴公司的盛情款待。

Giải thích 語法說明

– Trạng ngữ này được sử dụng để nhấn mạnh một thực tế hoặc phân trần điều gì đó, với nghĩa "quả đúng như vậy, không còn gì phải nghi ngờ cả". Bên cạnh "quả thật là" nhiều người có thói quen dùng "quả thực là", nhất là khi muốn người khác hiểu và cảm thông cho mình.

– 此副詞用於強調某個事實或說明某事之真相，意思為「果真是如此、沒有什麼需要質疑的」。除了「quả thật là」，許多人也習慣用「quả thực là」，特別是在想要他人理解並同理自己的感受時。

Ví dụ

· Tôi quả thật là không biết chuyện gì đã xảy ra. Tôi sẽ xuống nhà máy kiểm tra ngay bây giờ ạ.

· Sản phẩm này quả thực là rất tốt. Mình dùng quen rồi và không muốn dùng sang bất kỳ dòng sản phẩm nào khác.

· _____

· _____

· _____

· _____

Luyện Nói 口語練習

1. Hãy dùng ngữ pháp đã học "thế à / vậy hả" để hoàn thành đoạn hội thoại.

Ví dụ

Cường: Hôm qua mình thay mặt công ty đi ký hợp đồng với công ty Hưng Thịnh. Thật không ngờ lại gặp Hoa, người yêu cũ của mình ở đó!

Thành: Vậy hả. Đúng là "hữu duyên thiên lý năng tương ngộ". Chúc mừng ông bạn nha.

1) *Tuấn:*   Báo cáo anh, kết quả nghiên cứu thị trường về sản phẩm mới đã có. Xin anh xem và ra chỉ thị ạ.

    Giám đốc: _____

    _____

2) *Hạnh:*   Mình đã tìm được một địa điểm khá ổn để mở cửa hàng rồi. Tiền thuê là 30 triệu một tháng, mặt đường Hai Bà Trưng, rộng 90 m^2.

    Duyên: _____

    _____

3) *Phòng nhân sự:*   Thưa anh, trong các hồ sơ ứng tuyển vào vị trí thư ký lần này em thấy có một cậu rất khá, thông thạo cả tiếng Trung và tiếng Anh ạ.

    Giám đốc: _____

    _____

4) *Nhân viên:*   Thưa anh, công ty Hồng Hải của Đài Loan đang muốn tìm đất để mở một phân xưởng ở tỉnh ta.

    Trưởng phòng quy hoạch: _____

    _____

5) *Vợ:* Chồng ơi, em đã liên hệ được với trường cấp 2 ở Đà Nẵng để chuyển trường cho con rồi đó.

Chồng: _____

_____

6) *Nhân viên:* Phía đối tác nói đã hoàn thành đơn hàng và lần này sẽ chuyển hàng cho chúng ta sớm một tuần em ạ.

Trưởng phòng: _____

_____

7) *Mẹ:* Mẹ tin con gái của mẹ nhất định sẽ thi tốt. Hãy cố gắng lên! Bố nói với mẹ, nếu con thi đỗ vào đại học Kinh tế thì món quà bố tặng cho con sẽ là 10% cổ phần của công ty đó.

Con gái: _____

_____

2. Dùng các mẫu câu ở phần ngữ pháp để tiến hành hội thoại theo nhóm.

Lần thứ nhất: Hai sinh viên tạo thành một nhóm, thực hành hội thoại về chủ đề "**kinh tế**". Hãy tham khảo các từ vựng liên quan đến lĩnh vực kinh tế ở bảng phía dưới.

Lần thứ hai: Thay đổi thành viên giữa các nhóm và tiếp tục thực hành hội thoại.

Một số từ vựng liên quan đến kinh tế ở Việt Nam

Kinh tế học	經濟學	tỷ giá hối đoái	外幣匯率
Kinh tế vĩ mô	宏觀經濟學	cán cân thanh toán	國際收支
Kinh tế vi mô	微觀經濟學	cán cân thương mại	貿易平衡
Kinh tế thị trường	市場經濟	lãi suất	利率
Kinh tế nông nghiệp	農業經濟	lạm phát	通貨膨脹
Kinh tế phi nông nghiệp	非農經濟	sức mua của đồng tiền	貨幣購買力
Nền kinh tế ngầm	地下經濟	Chỉ số giá tiêu dùng (CPI)	消費者物價指數
Tổng sản phẩm quốc nội (GDP)	國內生產總值	Thị trường chứng khoán	證券市場
Tổng sản phẩm quốc dân (GNP)	國民生產總值	Trung tâm / Sở giao dịch chứng khoán	證券交易所
khôi phục nền kinh tế	經濟復甦	Thị trường tài chính	金融市場
khủng hoảng kinh tế	經濟危機	trái phiếu	債券
suy thoái kinh tế	經濟衰退	cổ phiếu	股票
Quỹ Tiền tệ Quốc tế (IMF)	國際貨幣基金組織	giá thị trường	市場成本

Luyện Viết 寫作練習

1. **Dùng cấu trúc "theo tôi được biết + mệnh đề" để hoàn thành câu.**

   1) Công nghệ thông tin ngày càng phát triển và theo tôi được biết thì _____

   _____

   2) Em xin nghỉ việc vì lý do gia đình và theo em được biết thì _____

   _____

   3) Theo tôi được biết thì khi căng thẳng chúng ta _____

   _____

   4) Theo tôi được biết thì các chợ nổi ở miền Tây _____

   _____

   5) Việt Nam mới mở cửa nền kinh tế từ năm 1986 và theo tôi được biết thì _

   _____

   6) Giá nhà đất ở Hà Nội rất đắt và theo tôi được biết thì _____

   _____

   7) Theo tôi được biết thì tình hình dịch bệnh _____

   _____

2. Đặt câu với những từ và ngữ pháp cho sẵn.

1) mới nổi: _____

_____

2) thị trường: _____

_____

3) dỡ bỏ: _____

_____

4) đáng kinh ngạc: _____

_____

5) tay nghề: _____

_____

6) cạnh tranh: _____

_____

7) theo tôi được biết: _____

_____

8) quả thật là: _____

_____

3. Viết và thảo luận

1) Tìm đọc bài báo: "IMF: Tăng trưởng GDP của Việt Nam sẽ đạt 6,5% trong năm 2021". Hãy trình bày cảm nghĩ của bản thân và cùng thảo luận với các bạn trong lớp.

2) Hãy chọn một bài báo hoặc video có chủ đề về kinh tế. Viết các câu hỏi liên quan đến nội dung được chia sẻ để cùng thảo luận.

Các từ khóa liên quan đến tổng sản phẩm quốc nội

Ca Dao và Tục Ngữ Thường Dùng 常用的歌謠與俗語 ▶MP3-5.5

"Phi thương bất phú - 無商不富"

1. **"phi"**: tiền tố ghép của tính từ, mang nghĩa "không, không có, trái với", ví dụ: phi thường, phi pháp, phi nghĩa, phi nhân đạo, phi nông nghiệp,...
2. **"thương"**: chỉ hoạt động thương mại
3. **"bất"**: tiền tố ghép của tính từ và động từ gốc Hán, có ý nghĩa phủ định, ví dụ: bất thành, bất công, bất hiếu, bất nhân, bất nghĩa, bất đồng, bất thường,...
4. **"phú"**: giàu có, tài lộc

Câu thành ngữ "phi thương bất phú" được dùng để khẳng định tầm quan trọng của hoạt động kinh doanh, ý nói nếu bạn không kinh doanh, buôn bán thì cuộc sống khó có thể giàu sang, phú quý. Trong cuộc sống, những người làm kinh doanh lớn còn được gọi là thương gia.

Tài Liệu Tham Khảo 參考資料

[1] Nguyễn Minh Phong (2022). Dấu ấn Việt Nam sau 15 năm gia nhập Tổ chức Thương mại thế giới. Tạp chí Ngân hàng.

https://tapchinganhang.gov.vn/dau-an-viet-nam-sau-15-nam-gia-nhap-to-chuc-thuong-mai-the-gioi.htm

[2] Thế Hoàng (2022). Việt Nam vào nhóm 20 nền kinh tế hàng đầu về thương mại quốc tế. Báo đầu tư.

https://baodautu.vn/viet-nam-vao-nhom-20-nen-kinh-te-hang-dau-ve-thuong-mai-quoc-te-d158622.html

[3] Lê Thị Diễm Quỳnh (2021). Miễn thuế 4 năm và giảm 50% số thuế phải nộp trong 9 năm tiếp theo cho doanh nghiệp khoa học và công nghệ. Cổng thông tin quốc gia về đăng ký doanh nghiệp.

https://dangkykinhdoanh.gov.vn/vn/tin-tuc.

[4] Phạm Hoàng (2021). "Thiên đường thuế" là gì? Báo Điện tử Chính phủ.

https://baochinhphu.vn/thien-duong-thue-la-gi-102200926.htm

Bài 6

Công việc và tiền lương

工作與薪水

Công việc và tiền lương là những vấn đề thu hút sự quan tâm của nhiều người, đặc biệt là giới trẻ. Với người lao động, tiền lương là thước đo giá trị lao động, là khoản thu nhập giúp họ trang trải cuộc sống và dự phòng cho tương lai. Tiền lương

thường được ảnh hưởng bởi mức lương cơ bản do nhà nước quy định, khả năng chuyên môn và thâm niên làm việc. Một công việc có mức lương tốt sẽ khuyến khích người lao động làm việc và có xu hướng gắn bó lâu dài. Về phía người sử dụng lao động, tiền lương được coi là một khoản chi phí. Chính sách trả lương công bằng sẽ là đòn bẩy để nâng cao năng suất và hiệu quả hoạt động của tổ chức. Vì vậy, các tổ chức cần xây dựng hệ thống tiền lương hợp lý nhằm thu hút và giữ chân nhân tài, đồng thời tạo được động lực làm việc cho người lao động [1].

1. Điều gì có thể ảnh hưởng đến quyết định của bạn khi lựa chọn một công việc?

_____

_____

2. Bạn nghĩ giá trị của công việc có thể được đánh giá qua tiền lương hay không? Tại sao?

_____

_____

3. Theo bạn, việc Chính phủ tăng lương cơ bản có tác động như thế nào đến nền kinh tế?

_____

_____

1. Chọn Đúng (Đ) hay Sai (S) theo nội dung hội thoại.

1) （　　）Nam giỏi ngoại ngữ và có thành tích học tập rất đáng nể.

2) （　　）Nam đã từng có kinh nghiệm thực tập trong những năm học đại học.

3) （　　）Thực tập sinh được phép rời khỏi công ty trong giờ làm việc, chỉ cần có mặt khi các nhân viên khác cần hỗ trợ.

4) （　　）Người quản lý nghĩ công việc văn phòng hơi đơn điệu và không thực sự thú vị.

5) （　　）Phó phòng kinh doanh sẽ là người hướng dẫn và quản lý công việc hàng ngày của thực tập sinh.

6) （　　）Khi trưởng phòng kinh doanh bận họp thì Nam sẽ là người giúp trả lời điện thoại.

7) （　　）Quản lý cho phép Nam sử dụng máy tính chung ở văn phòng trong thời gian làm việc.

8) （　　）Nếu không có ngày nghỉ đột xuất thì lương một tháng của Nam là 4 triệu.

9) （　　）Nếu nghỉ ốm mà Nam có giấy khám bệnh của bác sĩ thì sẽ được tính là ngày nghỉ có lương.

2. Chọn đáp án đúng nhất theo nội dung hội thoại.

1) (   ) Quản lý nói gì với Nam về công việc của thực tập sinh:

    A. Khi hoàn thành công việc thì có thể tranh thủ học bài

    B. Nên mang theo sách khi đi làm vì sẽ có khoảng 30% thời gian để tự học

    C. Không được tự ý rời khỏi công ty

    D. Cả A / B / C

2) (   ) Nam tin rằng mình sẽ làm tốt công việc nếu có điều gì?

    A. Có người chỉ dạy công việc một vài lần

    B. Có máy tính riêng để sử dụng

    C. Có mức lương phù hợp

    D. Cả A / B / C

3) (   ) Thời gian làm việc dự kiến của Nam là:

    A. Các buổi chiều từ thứ Hai đến thứ Năm

    B. 1 giờ đến 5 giờ

    C. 4 tiếng một ngày

    D. Cả A / B / C

4) (   ) Quy định về việc xin nghỉ mà Nam cần nhớ là gì?

    A. Một năm có 12 ngày nghỉ phép có lương

    B. Chỉ khi có việc đặc biệt hoặc bị ốm mới được xin nghỉ

    C. Thời gian nghỉ ốm cộng dồn không được quá hai tháng/năm

    D. Tất cả các đáp án trên

5) (   ) Ai là người ra quyết định cuối cùng về việc Nam có được nhận hay không?

    A. Trưởng phòng kinh doanh

    B. Phó phòng kinh doanh

    C. Thư ký của phòng kinh doanh

    D. Giám đốc công ty

Qua ngày hội việc làm của trường, Bảo Nam có được thông tin về vị trí thực tập sinh tại phòng kinh doanh của Công ty FamFood - một nhà phân phối thực phẩm sạch uy tín hàng đầu Việt Nam. Cảm thấy bản thân phù hợp với công việc nên Nam đã chuẩn bị và gửi hồ sơ gồm đơn xin việc, bản tóm tắt lý lịch, bảng điểm, bản sao chứng chỉ ngoại ngữ, giấy khen và thư giới thiệu. Nam còn chủ động gọi điện tới công ty để xác nhận xem hồ sơ của mình đã đến chưa. Mười ngày sau, Nam vui mừng nhận được thư mời đến phỏng vấn. Hôm nay là ngày hẹn, Nam chọn bộ trang phục kiểu công sở gọn gàng và quyết định đi sớm 30 phút để đề phòng tắc đường. Bây giờ đến lượt Nam vào phỏng vấn.

Bảo Nam: Dạ, chào chú. Cháu là Nguyễn Bảo Nam. Cháu được hẹn đến để phỏng vấn vào vị trí thực tập sinh tại phòng kinh doanh ạ.

Quản lý: Chào Nam. Cháu ngồi đi. Chú đã xem CV của cháu, biết cháu giỏi ngoại ngữ, thành tích học tập cũng rất đáng nể. Cháu đã từng đi thực tập hay vừa học vừa làm bao giờ chưa?

Bảo Nam: Dạ, chưa ạ. Cháu rất mong có được cơ hội này và muốn được hiểu rõ hơn về công việc ạ.

Quản lý: Ồ công việc của thực tập sinh khá đơn giản. Cháu cần có mặt tại văn phòng theo giờ quy định, hoàn thành các công việc được giao và khi còn thời gian cháu có thể tranh thủ học bài. Cháu hãy mang theo sách khi đi làm, chú nghĩ cháu sẽ có khoảng 30% thời gian để tự học. Nhưng nhớ trong giờ làm việc cháu không được tự ý rời khỏi công ty, bởi các nhân viên khác có thể đột xuất cần cháu hỗ trợ.

Bảo Nam: Dạ, điều này còn tuyệt vời hơn những gì cháu mong đợi. Xin chú nói thêm về công việc cụ thể cháu cần làm nếu được nhận ạ?

Quản lý:	Các công việc văn phòng như sao chép, chuyển tài liệu, gửi thư, và chuẩn bị phòng họp. Những việc này không yêu cầu gì nhiều, tuy nhiên ta phải nói thật với cháu là nó hơi đơn điệu và có lẽ không thực sự thú vị. Đôi khi cháu cũng cần hỗ trợ đón khách, pha cà phê, nhưng cháu yên tâm vì chúng ta có máy pha cà phê tự động.
Bảo Nam:	Dạ, sẽ có người hướng dẫn cháu cách làm phải không chú? Cháu tin chắc mình có thể làm tốt nếu được chỉ dạy một đôi lần ạ.
Quản lý:	Cháu yên tâm. Thư ký phòng kinh doanh sẽ là người hướng dẫn cho cháu. Công việc hàng ngày, cháu cũng sẽ nhận trực tiếp từ chị ấy.
Bảo Nam:	Dạ, vậy cháu đỡ lo rồi.
Quản lý:	Bây giờ hãy xem thời gian của cháu có phù hợp với thời gian chúng ta cần không. Cháu có thể làm việc các buổi chiều từ thứ Hai đến thứ Năm chứ?
Bảo Nam:	Cháu có thể ạ. Thời gian làm việc bắt đầu từ mấy giờ, thưa chú?
Quản lý:	Thời gian bắt đầu từ 1 giờ đến 5 giờ, bốn tiếng một ngày. Ban đầu công ty định thời gian làm việc là từ thứ Hai đến thứ Sáu và nếu như vậy cháu sẽ làm việc 20 tiếng một tuần.
Bảo Nam:	Vâng ạ.
Quản lý:	À, chú cần nói thêm với cháu về việc trả lời điện thoại. Nếu các nhân viên trong phòng đang bận điện thoại hoặc đi họp, chú muốn cháu sẽ giúp nghe điện thoại. Cháu làm được chứ?
Bảo Nam:	Dạ được ạ. Cháu tin là mình có thể làm tốt. Công việc của cháu có cần dùng đến máy tính không, thưa chú? Cháu sử dụng thành thạo các phần mềm máy tính như word, excel, PPT.

Quản lý:	Ồ tuy trong kế hoạch, công việc của cháu tạm thời chưa cần dùng đến những kỹ năng này nhưng nó sẽ là một lợi thế cho cháu. Chú sẽ cho cháu sử dụng một trong các máy tính chung ở văn phòng trong thời gian làm việc.
Bảo Nam:	Vâng. Cháu có thể biết về cách tính tiền lương không, thưa chú? Thời gian được trả lương của cháu có cần trừ đi thời gian rảnh, tự học không ạ?
Quản lý:	Cháu yên tâm. Cháu sẽ được trả lương đủ 4 tiếng một ngày, nếu không có ngày nghỉ đột xuất thì lương một tháng là 4 triệu rưỡi. Nhưng cần nhớ chỉ khi có việc đặc biệt hoặc bị ốm cháu mới được phép xin nghỉ thôi đó. Nếu ngày nghỉ ốm mà cháu có giấy khám bệnh của bác sĩ thì sẽ được tính là ngày nghỉ có lương.
Bảo Nam:	Dạ cảm ơn chú! Cháu nghĩ không có công việc nào tốt và phù hợp với cháu hơn những điều kiện mà chú cho cháu ạ.
Quản lý:	Cháu vẫn cần một cuộc phỏng vấn nữa với thư ký của phòng kinh doanh, chị Bích Ngọc. Chị Ngọc sẽ trực tiếp quản lý cháu trong công việc nên chị ấy là người ra quyết định cuối cùng.
Bảo Nam:	Vâng ạ. Cháu cần gọi điện, hẹn gặp chị ấy trước hay...
Quản lý:	Không cần. Bây giờ cháu trực tiếp đến phòng kinh doanh, xin gặp chị Ngọc và giới thiệu về mình. Chị ấy đang chờ cháu. Chú nghĩ cháu khá phù hợp cho vị trí này.
Bảo Nam:	Cảm ơn chú. Cháu rất vinh dự nếu mình được thực tập ở đây.
Quản lý:	Chúc cháu may mắn! Hãy nhớ nói với chị Ngọc về khả năng sử dụng máy tính của mình.
Bảo Nam:	Vâng, cháu sẽ làm vậy.
Quản lý:	Và nói với chị ấy rằng chú bảo cháu đến gặp chị ấy.
Bảo Nam:	Dạ. Rất cảm ơn chú đã dành thời gian quý báu cho cháu.
Quản lý:	Không có gì! Chào cháu.

thước đo	衡量	ước đoán	揣測；估計
giá trị lao động	勞動價值	máy pha cà phê	咖啡機
trang trải	支付	chỉ dạy	指教
dự phòng	預防	thư ký phòng kinh doanh	業務部祕書
mức lương cơ bản	基本工資	thành thạo	熟練
chuyên môn	專業	phần mềm máy tính	電腦軟體
thâm niên	資歷深	tạm thời	暫時的；暫時地
khuyến khích	鼓勵	kỹ năng	技能
khoản chi phí	費用	trả lương	支付薪資
đòn bẩy	跳板；槓桿	giấy khám bệnh	就醫證明書；診斷書
năng suất	產能	nghỉ có lương	有薪假期；帶薪休假
hệ thống tiền lương	薪資系統；薪資結構	trực tiếp quản lý	直接管理
giữ chân	留住	lợi thế	優勢
bản tóm tắt lý lịch	履歷表	thời gian quý báu	寶貴的時間
bản sao	影本	ngăn ngừa	避免；預防
trang phục kiểu công sở	辦公服裝；上班族服裝	gương mặt tiêu biểu	典範人物；楷模人物
đề phòng	預防；提防；防範	do dự	猶豫（動詞）；遲疑（動詞）
vị trí	職位	miễn chê	無可挑剔
thực tập sinh	實習生	Sở Tài nguyên và Môi trường	資源與環境署

đáng nể	了不起的	đầy đặn	豐滿；充盈
công việc được giao	被交付的工作	tác phẩm văn học kinh điển	經典文學作品
tranh thủ	爭取	kiếm lời	牟利
tự ý	隨意	thẻ thanh toán quốc tế	國際信用卡
đột xuất	臨時；突然	thu phí điện tử không dừng (ETC)	高速公路電子收費
hỗ trợ	協助	khuyến cáo	勸告
sao chép	複印	tố chất	素質；資質
chuyển tài liệu	轉交資料	vang dội	轟動；震動；馳名
đơn điệu	單調的；無趣的	tiết lộ	洩漏

Đọc Hiểu 閱讀理解

Dựa vào nội dung hội thoại hãy trả lời các câu hỏi dưới đây.

1) Lý do Nam đến công ty FamFood?

_____

_____

2) Sau khi xem hồ sơ, người quản lý đánh giá về Nam như thế nào?

_____

_____

3) Kể tên những công việc mà Nam cần thực hiện nếu có được công việc.

_____

_____

4) Thời gian làm việc mà công ty đưa ra cho Nam là?

_____

_____

5) Tiền lương cho vị trí thực tập sinh được tính dựa trên điều gì? Lương tháng là bao nhiêu?

_____

_____

6) Nếu Nam được nhận vào làm việc, ai sẽ là người trực tiếp quản lý cậu ấy?

_____

_____

1. Dựa vào nội dung hội thoại, tìm từ phù hợp với định nghĩa cho sẵn.

công sở	khuyến khích	tranh thủ	đột xuất
đề phòng	thực tập	lợi thế	đáng nể

1) _____ : (động từ) cổ vũ để cố gắng; tạo điều kiện thuận lợi để phát triển mạnh mẽ hơn.

2) _____ : nơi làm việc của cơ quan nhà nước.

3) _____ : ở điều kiện thuận lợi hoặc vượt trội hơn người khác.

4) _____ : chuẩn bị, ngăn ngừa trước những việc xấu có thể xảy ra.

5) _____ : giành lấy cho mình sự đồng tình và ủng hộ; hay tận dụng những thứ bình thường không dùng đến.

6) _____ : đáng được coi trọng, được thừa nhận do có những điểm hơn người.

7) _____ : (tính từ) đặc biệt và bất ngờ, không có trong dự định; hay nổi bật ngoài dự tính.

8) _____ : tập áp dụng những kiến thức lý thuyết vào thực tiễn, thường chỉ giai đoạn vừa học vừa làm trước khi tốt nghiệp của sinh viên.

2. Chọn từ cho sẵn trong phần 1 để hoàn thành các câu sau (không cần dùng tất cả các từ).

1) Anh Hoàng Anh Tuấn là một tấm gương thanh niên tiêu biểu năm 2020. Anh đã có thành tích _____ khi phát minh ra máy phát gạo và khẩu trang tự động cho người nghèo, góp phần tích cực trong công tác phòng chống dịch bệnh.

2) Học bổng này được cấp dựa trên kết quả nghiên cứu khoa học của sinh viên, nhằm động viên, _____ các em tích cực tham gia vào công tác nghiên cứu ngay khi còn trên ghế nhà trường.

3) Cô ấy quyết định _____ kỳ nghỉ hè để giúp đỡ cha mẹ những công việc nhà, học nấu ăn và dành thời gian rảnh để học thêm tiếng Việt.

4) Ngọc Hà không chỉ xinh đẹp, giỏi giang mà còn có con mắt thẩm mỹ rất tốt. Hôm trước cô ấy đã tư vấn và chọn giúp mình hai bộ trang phục _____ đẹp miễn chê, khi mặc ai cũng khen.

5) Theo Bí thư Thành phố Hồ Chí Minh thì việc kiểm tra môi trường định kỳ trên địa bàn đã làm khá tốt, nhưng thành phố cần tăng cường các hoạt động kiểm tra _____ để phát hiện và xử lý sớm các nguồn ô nhiễm.

6) Vỹ Kỳ rất năng động, hoạt bát, lại có _____ về khả năng ngôn ngữ nên vừa tốt nghiệp cô ấy đã xin được việc làm tại một công ty lớn của Đài Loan có chi nhánh ở Việt Nam.

3. Chọn từ phù hợp để điền vào chỗ trống.

1) (　　) Tôi nghĩ tất cả trẻ nhỏ đều _____ được yêu thương, được sống một cuộc sống bình yên và hạnh phúc.

    A. xứng đáng   B. đáng

    C. cần   D. cả A / B / C

2) (　　) Ông ấy bị khởi tố vì đã _____ quyền hạn của mình để tham ô một số tiền lớn của Nhà nước.

    A. lợi thế   B. lợi dụng

    C. lợi ích   D. lợi nhuận

3) (　　) Cuộc sống luôn cần chúng ta phải lựa chọn nhưng tôi cảm thấy việc đưa ra một quyết định _____ lại là điều không hề dễ dàng.

    A. đúng đắn   B. chính xác

    C. kịp thời   D. cả A / B / C

4) (　　) Cô gái ấy là người _____ nên đã lựa chọn tiền bạc thay vì công việc và tình yêu.

    A. thực chất   B. thực tập

    C. thực dụng   D. cả A / B / C

5) (　　) Chúng ta nên rút phích cắm của tất cả các thiết bị điện không sử dụng để _____ cháy nổ hoặc những tai nạn đáng tiếc xảy ra trong quá trình sử dụng điện.

    A. đề phòng   B. phòng ngừa

    C. phòng tránh   D. cả A / B / C

4. Viết thêm các từ liên quan đến các danh mục dưới đây.

Việc làm:

_____

_____

_____

Tiền lương:

_____

_____

_____

1. phải nói thật với + đại từ nhân xưng ngôi thứ 2 + là 「說真的 ／ 老實說＋第二人稱」

⊙ Phải nói thật với em là các đồ gia dụng bằng gỗ ở tầng này có giá cả cao hơn các sản phẩm mà em vừa xem ở tầng hai nhưng tiền nào của ấy em ạ.

老實說，這層樓賣的木製家用品的價格，比起你剛才在二樓看到的所有產品都還要高，不過一分錢一分貨啊。

Giải thích 語法說明

– Cấu trúc này được đặt ở đầu câu trong văn nói để thể hiện ý muốn nói thẳng vào sự thật.

– 此句型用於口語中的句首，表達想要針對某事實直說的意願。

Ví dụ

· Phải nói thật với anh là em chưa có nhiều kinh nghiệm trong việc dịch một tác phẩm văn học kinh điển.

· Phải nói thật với ngài là chúng tôi rất không hài lòng với sự chậm trễ của công ty trong lần giao hàng này.

·

·

·

2. đỡ + tính từ 「減輕、紓解」

⊙ Anh ấy vừa biết kết quả phỏng vấn không như mong muốn nên tôi định sẽ mời anh ấy đi ăn cùng cho đỡ buồn.

他剛得知面試結果不如預期，所以我打算約他一起去吃東西，讓他紓解煩悶。

Giải thích
語法說明

– Cấu trúc này dùng để biểu thị sự giảm bớt về trạng thái hay mức độ tiêu cực của người hoặc vật.

– 此句型用於表示人或物的消極狀態，或程度得以減輕、減少。

Ví dụ

· Cô ấy về trễ nên gọi điện cho mẹ để mẹ đỡ phải lo lắng.

· Trời vừa mưa to một trận nên thời tiết đỡ nóng hơn hẳn.

· Cuối tuần, tôi thích ra ngoại ô bởi cuộc sống ở đó bình yên, đỡ ồn ào và ô nhiễm hơn ở thủ đô.

· _____

_____

· _____

_____

· _____

_____

· _____

_____

· _____

_____

2.1 "đỡ + danh từ" mang nghĩa nhận, đón vật gì đó hoặc nâng cho ai đó cho khỏi ngã.（「đỡ＋名詞」為收下、接下某個物品，或是將某人扶起或接住，以避免摔倒之意。）

Ví dụ: đỡ giỏ quà（收下花籃）, đỡ bao gạo（接下一袋米）, đỡ em bé bị ngã（將小孩扶起、接住免得跌倒）, đỡ người ốm ra khỏi xe（將病人從車裡抱出）, v.v.

2.2 "động từ + đỡ" mang nghĩa tạm, tạm thời trong khi không có cách nào tốt hơn.（「動詞＋đỡ」為姑且、將就、暫時之意，且指同時找不到更好的方法。）

Ví dụ
- Bạn chưa ăn sáng vậy ăn đỡ chiếc bánh mỳ này đi.
- Bạn chưa tìm được nhà mới hay đến nhà mình ở đỡ vài hôm rồi tính tiếp.
- Hay em đến công ty của anh làm đỡ một thời gian đi, tìm được việc phù hợp thì chuyển.

- _____
  _____
- _____
  _____
- _____
  _____
- _____
  _____
- _____
  _____

3. chỉ (có)... mới... thôi 「只有……才……」

⊙ Để cứu con trai, ông ấy đã không do dự hiến một bên thận của mình. Tôi nghĩ chỉ bố mẹ mới có thể hy sinh vì con cái vô điều kiện đến như vậy thôi.

為了救兒子，他毫不猶豫地捐了自己一邊的腎。我認為唯有父母才能如此無條件地為兒女犧牲。

Giải thích 語法說明

– Cấu trúc này được sử dụng để nhấn mạnh rằng chỉ có chủ ngữ mới có thể làm được điều đó, người khác thì không thể. Nếu động từ chính trong câu là "có" thì từ "có" ở đầu câu có thể không cần dùng.

– 此句型用於強調只有主語才有能力做某件事，其他人則無法。若句中的主要動詞為「có」，則句首不需再使用「có」。

Ví dụ

· Tương lai nằm trong tay chúng ta và cũng chỉ có bản thân ta mới thay đổi được tương lai của chính mình mà thôi.

· Sẽ không khó khăn gì nếu bạn muốn uống trà sữa khi ở Đài Loan bởi các cửa hàng trà sữa có mặt ở khắp mọi nơi. Có lẽ chỉ Đài Loan mới có nhiều cửa hàng trà sữa đến như vậy thôi.

· _____

_____

· _____

_____

· _____

_____

· _____

_____

4. không có + danh từ + nào + tính từ / động từ + như / bằng / hơn「沒有任何⋯⋯像／一樣／更」

⊙ Với kinh nghiệm 30 năm đi và thưởng thức ẩm thực của tôi thì không có quán phở nào ngon và đầy đặn bằng quán phở này.

依我三十年來品嚐美食的經驗，沒有任何一家河粉店和這家河粉店一樣美味，並且用料那麼豐富。

Giải thích 語法說明
- Mẫu câu này thường được dùng để so sánh khi cần nhấn mạnh một điều gì đó.
- 此句型有比較之意，常用於需要強調某件事。

Ví dụ
· Anh ấy nói với tôi: "Không có tình bạn nào quan trọng bằng tình bạn giữa chúng ta."
· Trong lớp tôi không có bạn nào nói tiếng Việt giỏi hơn cô ấy.
· Theo tôi nghĩ thì không có công việc nào nhàn nhã mà lương cao như lời giới thiệu của anh ấy.

· _____
_____
· _____
_____
· _____
_____
· _____
_____

Luyện Nói 口語練習

1. Hãy dùng ngữ pháp đã học "phải nói thật với… là" hoặc "đỡ + tính từ" để hoàn thành đoạn hội thoại.

Ví dụ

Tuấn: Loại thẻ thanh toán quốc tế này có thể thanh toán ở bất kỳ quốc gia nào trên thế giới. Sau khi mở thẻ, chị có thể thoải mái đi du lịch hay đặt hàng trên các trang web nước ngoài ạ.

Hồng: Ồ thật tuyệt. Từ nay, mình đỡ phải lo lắng và mất thời gian về vấn đề đổi tiền mỗi khi đi công tác nước ngoài rồi.

1) *Hải:* Thứ Bảy tuần này ông lại đi làm giúp tôi một buổi nhé. Hôm đó là kỷ niệm 10 tháng tôi và người yêu quen nhau nên tôi muốn đưa cô ấy đi Nha Trang du lịch.

   Thành: _____

   _____

2) *Hòa:* Bạn bè em dạo này đầu tư vào thị trường chứng khoán và kiếm lời rất khá. Hay anh đừng gửi tiền vào ngân hàng nữa, mình cũng thử đầu tư xem sao.

   Văn: _____

   _____

3) *Phóng viên:* Thưa Ngài Chủ tịch, xin ông cho ý kiến về việc giao thông bị gián đoạn do mưa lũ dẫn đến sập cầu trên tỉnh lộ 766 đêm qua?

   Chủ tịch tỉnh: _____

   _____

4) *Người dẫn chương trình:* Con đường để trở thành một idol có lẽ thật không dễ dàng. Bạn có thể chia sẻ với khán giả đôi chút về những thách thức mà bạn từng trải qua không?

Ca sĩ: _____

_____

5) *Đại biểu Quốc hội:* Thưa Bộ trưởng, ông đánh giá thế nào về việc số lượng phương tiện sử dụng phương án thu phí điện tử không dừng (ETC) còn ít tại những dự án ETC đã triển khai?

Bộ trưởng: _____

_____

6) *Nam:* Người dân được khuyến cáo nên hạn chế đi ra ngoài để giảm nguy cơ bùng phát của dịch bệnh. Nhưng ở nhà quá nhiều có lẽ khiến người ta cảm thấy buồn chán. Bạn thì sao? Bạn thường làm gì để tinh thần thoải mái và yêu đời hơn?

Hoa: _____

_____

2. Dùng các mẫu câu ở phần ngữ pháp để tiến hành hội thoại theo nhóm.

Lần thứ nhất: Hai sinh viên tạo thành một nhóm, thực hành hội thoại về chủ đề "**công việc và tiền lương**". Hãy tham khảo các từ vựng liên quan đến lĩnh vực này ở bảng phía dưới.

Lần thứ hai: Thay đổi thành viên giữa các nhóm và tiếp tục thực hành hội thoại.

Một số từ vựng liên quan đến công việc và tiền lương ở Việt Nam

công việc chính thức	正式工作	chuyên gia trang điểm	化妝師
công việc làm thêm	兼職工作	minh tinh	明星
lao động trí óc	腦力勞動	thợ cắt tóc	美髮師
lao động chân tay	體力勞動	thợ sửa chữa	修理工
nhân viên công chức	公務員	lương cơ bản	資本工資
nhân viên ngoại giao	外交官	chế độ tiền lương	薪資制度
nhân viên ngân hàng	銀行職員	chế độ tiền thưởng	獎金制度
nhân viên văn phòng	職員	mức lương	薪資門檻
nhân viên lễ tân	櫃臺接待人員	phụ cấp	補助；津貼
nhà giáo	教師	lương theo tháng	月薪
nhà khoa học	科學家	lương theo giờ	時薪
nhà kinh tế học	經濟學家	lương theo sản phẩm	論件計酬
nhà vật lý học	物理學家	tiền tăng ca	加班費
nhà báo	記者	tiền thưởng	獎金
nhà văn	作家；文學家	Bảo hiểm xã hội (BHXH)	社會保險
chính trị gia	政治家	Bảo hiểm y tế (BHYT)	健康保險
nhiếp ảnh gia	攝影師	Bảo hiểm thất nghiệp (BHTN)	失業保險

1. Dùng cấu trúc "chỉ (có)… mới… thôi" và các từ cho sẵn để viết thành câu hoàn chỉnh.

1) đạo diễn / nhìn ra tố chất của từng diễn viên / chọn người phù hợp cho từng nhân vật

_____

_____

2) ngày thứ 6 đen tối / có vẻ đáng sợ / chuỗi ngày mua sắm tấp nập / nhiều chương trình giảm giá đặc biệt

_____

_____

3) thành công vang dội / bộ truyện Harry Potter / 67 ngôn ngữ và bán được hơn 500 triệu bản / sức hút vẫn chưa bao giờ giảm

_____

_____

4) bộ truyện khẳng định / quyết định ta sẽ trở thành người như thế nào / hoàn cảnh sống có ảnh hưởng / hành động của chúng ta / trong tương lai

_____

_____

2. Dùng cấu trúc "không có... nào... như / bằng / hơn" để hoàn thành câu.

1) Với mỗi người, có lẽ không có _____

_____

2) Nhà hàng này luôn đông khách dù không hề bỏ tiền cho quảng cáo, và tôi thấy thật thú vị khi nghe ông chủ nhà hàng tiết lộ rằng không có quảng cáo nào _____

_____

3) Chúng ta không nên lấy thước đo của mình để ước đoán hạnh phúc của người khác bởi không có thước đo nào _____

_____

4) Con đừng buồn khi thất bại bởi không có thành công nào _____

_____

5) Tôi thấy không có bất ngờ nào _____

_____

3. Đặt câu với những từ và ngữ pháp cho sẵn.

1) đáng nể: _____

_____

2) đề phòng: _____

_____

3) đột xuất: _____

_____

4) tranh thủ: _____

_____

5) không có... nào... bằng: _____

_____

6) tố chất: _____

_____

4. Viết và thảo luận

1) Sưu tầm một vài hình ảnh hoặc một video (5-10 phút) về chủ đề việc làm và tiền lương. Hãy đưa ra nhận xét và ý kiến cá nhân.

2) Bạn đã nỗ lực để xin được vào công ty mà bạn mơ ước. Công ty này yêu cầu bạn cần uống rượu khi tiếp đãi khách hàng nhưng bác sĩ lại từng khuyên rằng bạn không được uống rượu. Bạn sẽ làm thế nào trong tình huống này?

3) Hãy chia sẻ về định hướng công việc trong tương lai của bản thân.

Đoàn kết tạo nên sức mạnh

Ca Dao và Tục Ngữ Thường Dùng 常用的歌謠與俗語 ▶MP3-6.5

"Nhập gia tùy tục - 入境隨俗"

1. "**nhập**": nghĩa là gia nhập.
2. "**gia**": gia đình hay hiểu rộng hơn là một tổ chức, địa phương hay một quốc gia nào đó.
3. "**tùy**": nghĩa là tùy theo, tuân theo, thuận theo.
4. "**tục**": chỉ phong tục, lối sống nói riêng và văn hóa nói chung.

Câu thành ngữ muốn nhắc nhở chúng ta rằng khi đến một môi trường mới, chúng ta cần thuận theo phong tục tập quán và văn hóa ở đó. Đặc biệt là ngày nay, khi công nghệ và giao thông phát triển, con người có thể dễ dàng di chuyển từ nơi này đến nơi khác, thậm chí từ quốc gia này sang quốc gia khác. Chúng ta cần tôn trọng văn hóa riêng của mỗi nơi ta qua, học cách hòa nhập với cuộc sống ở đó. Khi tiếp xúc với bạn bè, đồng nghiệp, những người đến từ nền văn hóa khác, chúng ta nên có cái nhìn bao dung, tránh so sánh hay kì thị.

Tài Liệu Tham Khảo 參考資料

[1] Lê Thị Thu Hằng (2017). Tiến cử, thu hút và trọng dụng nhân tài. Bộ nội vụ.

https://moha.gov.vn/kstthc/baocao/tien-cu-thu-hut-va-trong-dung-nhan-tai-45535.html

Bài 7

Chương trình truyền hình

電視節目

Giới Thiệu và Ý Kiến Cá Nhân 介紹與個人意見 ▶MP3-7.1

Truyền hình đã xuất hiện từ rất sớm và là một phương tiện truyền thông quan trọng trong xã hội. Các chương trình truyền hình vừa là công cụ truyền tin, giải trí, vừa tham gia vào việc định hướng dư luận, giáo dục và quảng bá văn hóa [1]. Thông qua truyền hình, khán giả có thể trực tiếp theo dõi các sự kiện và tin tức diễn ra trên toàn thế giới. Nhiều kênh truyền hình còn có thời lượng phát sóng 24 giờ để đảm bảo phản ánh tức thì các tin tức thời sự đến người xem. Xem truyền hình qua tivi một thời là phương tiện giải trí thiết yếu của mọi gia đình nhưng cùng với sự phát triển của khoa học và công nghệ, phương pháp làm truyền hình đã có nhiều thay đổi. Ngày nay, các chương trình truyền hình trực tuyến và truyền hình kỹ thuật số đang trở nên phổ biến để đáp ứng nhu cầu ngày càng đa dạng của công chúng [2].

1. Hãy kể tên các chương trình truyền hình của Việt Nam mà bạn biết.

   _____

   _____

2. Bạn thường theo dõi chương trình truyền hình nào của Đài Loan? Lý do?

   _____

   _____

3. Trong thế giới đa phương tiện ngày nay, theo bạn một chương trình truyền hình thành công cần có những yếu tố gì?

   _____

   _____

1. Chọn Đúng (Đ) hoặc Sai (S) theo nội dung hội thoại.

1) (　　) Nam nói lâu lắm rồi cậu ấy mới ăn no như bữa nay.

2) (　　) Tivi nhà Hà to đẹp nhưng chỉ có khoảng 30 kênh để xem.

3) (　　) Trận bóng đá giữa Việt Nam và Úc là trận Vòng loại Giải vô địch bóng đá thế giới.

4) (　　) Trận bóng ấy được chiếu trên kênh VTV3.

5) (　　) Nam hay xem chương trình tổng hợp thời sự lúc 7 giờ sáng.

6) (　　) Hà thích xem phim truyền hình và chương trình "Ai là triệu phú".

7) (　　) Bộ phim "Cô Dâu 8 Tuổi" được chiếu suốt nhiều năm với hơn 2000 tập.

8) (　　) Bố của Hà thích xem các chương trình dành cho giới trẻ.

9) (　　) Hiện nay, thời gian sử dụng internet của người dân cao gấp nhiều lần thời gian xem tivi truyền thống.

10) (　　) Các đài truyền hình sẽ thu hút được lượng khán giả nhiều hơn thông qua mạng xã hội.

2. Chọn đáp án đúng nhất theo nội dung hội thoại.

1) (　　) Món ăn nào không xuất hiện trong bữa ăn của ba người bạn?

　　　A. Bánh tôm

　　　B. Chả mực

　　　C. Nộm hoa chuối

　　　D. Gỏi cuốn

2) (　　) Tại sao họ lại không muốn hát karaoke sau bữa ăn?

　　　A. Vì họ sẽ đi đám cưới ở Hải Dương

　　　B. Vì Nam bị mất giọng nên không thể hát

　　　C. Vì họ muốn xem chương trình thời sự hơn

　　　D. Vì bây giờ hát thì tí cổ vũ bóng đá lại mất giọng

3) (　　) Các chương trình giải trí mà Nam thích xem gồm:

　　　A. Ai là triệu phú

　　　B. Nhanh như chớp

　　　C. Thách thức danh hài

　　　D. Tất cả các đáp án trên

4) (　　) Nam đánh giá thế nào về việc xem các bộ phim dài tập?

　　　A. Các bộ phim này lôi cuốn được một lượng lớn khán giả

　　　B. Các bộ phim dài tập có sức lan tỏa mạnh mẽ

　　　C. Nam thấy nhiều người đang lãng phí thời gian cho phim dài tập

　　　D. Tất cả các đáp án trên

5) (　　) Ba người bạn đã xem chương trình gì trước trận bóng?

　　　A. Chương trình bình luận trước trận đấu

　　　B. Chương trình "Đàn ông nói"

　　　C. Chương trình "Thần tượng Bolero"

　　　D. Chương trình "Rap Việt"

Nam và Hạnh đến nhà bạn Hà ăn trưa và cùng thảo luận về các chương trình truyền hình. Hãy nghe hội thoại giữa ba người bạn tại phòng ăn:

Hà: Các bạn ăn hoa quả đi. Món ăn hôm nay hợp khẩu vị của mọi người chứ?

Nam: Lâu lắm rồi mình mới ăn no như bữa nay, chắc không cần ăn tối luôn đó.

Hạnh: Gỏi cuốn, bánh tôm, chả cá, nộm hoa chuối, món ăn nào cũng ngon, rất hợp khẩu vị của mình.

Hà: Các bạn thích là mình vui rồi. Mời các bạn ra phòng khách ngồi chơi, nói chuyện.

Nam: Để mình dọn đồ cùng bạn. Mình giỏi nhất khoản rửa bát đấy.

Hà: Các bạn là khách mà. Cứ để đó cho mình.

Hạnh: Mỗi người một chân một tay cho nhanh. Mình bọc đồ ăn, bạn cho bát đĩa vào máy rửa bát đi.

Nam: Việc lau bàn thì để mình.

10 phút sau tại phòng khách:

Hạnh: Hôm nay cô chú đi đến khi nào mới về thế Hà?

Hà: Ba mẹ mình đi ăn đám cưới ở tận Hải Dương, có khi tối mới về đến nhà. Hai bạn ngồi đi. Hát karaoke nhé?

Nam   Tivi nhà bạn to đẹp quá, có truyền hình cáp không? Mình muốn xem trận Vòng loại Giải vô địch bóng đá thế giới chiều nay giữa Úc và Việt Nam. Hy vọng Việt Nam sẽ giành chiến thắng, mình nhất định phải xem để cổ vũ cho đội nhà.

Hà: Có, tivi nhà mình có hơn 200 kênh truyền hình cả trong nước lẫn quốc tế. Trận hôm nay được chiếu trên kênh nào thế?

Hạnh	Kênh VTV5. Còn hơn 30 phút nữa trận đấu mới bắt đầu, chúng ta ngồi chơi nói chuyện thôi, hát hò bây giờ tí cổ vũ bóng lại mất giọng.
Hà:	Vậy Nam, cậu có hay xem tivi không?
Nam:	Mình chỉ hay xem chương trình tổng hợp thời sự lúc 7 giờ tối và một vài chương trình giải trí như: "Ai là triệu phú", "Nhanh như chớp" và "Thách thức danh hài".
Hà:	Mình cũng thích chương trình "Ai là triệu phú", nhưng gần đây mình còn nghiện xem phim truyền hình nữa. Mình với mẹ mỗi tối đều theo dõi bộ phim "Hương vị tình thân". Mẹ mình có khi còn cười khóc theo cảm xúc của diễn viên.
Hạnh:	Mẹ mình cũng vậy. Nhớ lần trước khi tivi chiếu bộ phim "Về nhà đi con", mẹ mình dù đi đâu cũng phải căn giờ để về xem. Mà mình thấy phim Việt mấy năm nay đã thu được những thành tựu đáng kể. Với nội dung gần gũi, một số tác phẩm truyền hình đã có sức lan tỏa, lôi cuốn được một lượng khán giả không hề nhỏ.
Nam:	Mình thì lại thấy mọi người đang lãng phí thời gian cho các bộ phim dài tập. Nhiều khi đi đâu cũng nghe thấy các bà, các chị bàn tán về phim.
Hạnh:	Mình chưa rõ ý của bạn là gì, bạn có thể nói cụ thể hơn được không?
Nam:	À, mình đang nghĩ đến bộ phim "Cô Dâu 8 Tuổi" được chiếu suốt nhiều năm với hơn 2000 tập. Ấy vậy mà ông bà mình xem không bỏ tập nào.
Hà:	Bộ phim về vấn đề tảo hôn ở Ấn Độ phải không? Đúng là mỗi người một sở thích khác nhau. Bố mình thì thích các chương trình thể thao, truyền hình họp Quốc hội, chương trình Talkshow "Đàn ông nói" và "Thần tượng Bolero".

Hạnh: Gia đình mình cũng hay xem "Thần tượng Bolero". Mà nhắc đến các chương trình truyền hình thực tế, mình thích xem các chương trình dành cho giới trẻ như "Rap Việt" và "Running Man". Nhưng… ngày nay có vẻ giới trẻ thích tiếp cận tin tức qua mạng xã hội, truyền hình truyền thống đang dần mất đi chỗ đứng của mình.

Nam: Liệu mình có hiểu đúng khi nói rằng sức hút của điện thoại thông minh quá lớn không? Nó có vẻ là phương tiện giải trí phổ biến nhất hiện nay. Có khi nào truyền hình truyền thống sẽ bị thay thế hoàn toàn bởi mạng xã hội?

Hạnh: Mình không nghĩ vậy. Thật xin lỗi. Có lẽ mình đã không nói rõ. Điều mình muốn nói là sự bùng nổ của mạng xã hội đang thay đổi cách xem và làm truyền hình. Hiện nay, thời gian sử dụng internet của người dân cao gấp nhiều lần thời gian xem tivi truyền thống, và xem truyền hình online đang là lựa chọn phổ biến.

Hà: Mình cũng đồng ý với bạn. Mình thấy nhu cầu sử dụng điện thoại để xem và chia sẻ các video trên mạng ngày càng phổ biến.

Nam   Đài truyền hình có thế mạnh về xây dựng chương trình nên họ nhất định không thể bỏ qua kênh truyền thông trên mạng xã hội. Như đài truyền hình lớn nhất Việt Nam – VTV giải trí, họ có vẻ rất thành công trong lĩnh vực truyền thông trên nền tảng Facebook và Instagram.

Hạnh: Mình nghĩ thông qua mạng xã hội, các đài truyền hình sẽ thu hút được lượng khán giả nhiều hơn.

Hà: Thay đổi hoặc là tụt hậu. Nói một cách đơn giản là muốn tồn tại trong kỷ nguyên số, các đài truyền hình cần biết cách khai thác mạng xã hội. "Người làm truyền hình cần thấu hiểu suy nghĩ, cách tiếp nhận thông tin của người xem thì mới có thể sản xuất ra những chương trình phù hợp với thị hiếu và nhu cầu của khán giả" [3].

Nam: Hà nói chuyện cứ như chuyên gia ấy nhỉ.

Hạnh: Các bạn ơi, trận đấu sắp bắt đầu rồi. Chúng ta mở tivi xem bình luận trước trận đấu đi.

Hà: Đồng ý. Hôm nay có ba tụi mình cổ vũ, nhất định đội tuyển Việt Nam sẽ giành chiến thắng.

Từ Mới 生詞 ▶MP3-7.3

phương tiện truyền thông	傳播媒體	cổ vũ	加油；應援
công cụ	工具	kênh truyền hình	電視頻道
truyền tin	傳播資訊	hát hò	歡唱；唱歌
định hướng	定向；確定方向	mất giọng	失聲；喉嚨沙啞
dư luận	輿論	chương trình tổng hợp thời sự	新聞節目
quảng bá	推廣	chương trình giải trí	娛樂節目
theo dõi	跟進；追蹤	nghiện	上癮
sự kiện	事件	phim truyền hình	電視劇
thời lượng	時長；時間的長度	bộ phim	（部）劇；電影
phát sóng	播放	căn giờ	注意時間
tức thì	立刻地	vội vàng	急忙；趕緊
một thời	一度	lan tỏa	傳播
đa phương tiện	多媒體	lôi cuốn	吸引
truyền hình trực tuyến	網路電視	bàn tán	談論
truyền hình kỹ thuật số	數位電視	tảo hôn	早婚
công chúng	公眾；大眾	chương trình thể thao	體育節目
dọn đồ	清理東西	truyền hình họp Quốc hội	議會會議節目
khoản	（量詞）件	truyền hình thực tế	真人實境節目；真人秀

máy rửa bát	洗碗機	tiếp cận	接觸；觸及
truyền hình cáp	有線電視	chỗ đứng	立足之地；立足點
vòng loại	外圍（賽）；淘汰賽；資格賽	thay thế	替代；更換
Giải vô địch bóng đá thế giới	世界盃足球賽	bùng nổ	突然興起；爆發

Đọc Hiểu 閱讀理解

1. Dựa vào nội dung hội thoại để trả lời các câu hỏi dưới đây.

1) Khách đánh giá như thế nào về các món ăn?

_____

_____

2) Ba mẹ Hà đi đâu và khi nào mới về?

_____

_____

3) Tivi chiều nay có chương trình gì đặc biệt mà Nam nhất định phải xem?

_____

_____

4) Cảm xúc của mẹ Hà thế nào khi xem bộ phim "Hương vị tình thân"?

_____

_____

5) Phim Việt mấy năm nay được đánh giá ra sao?

_____

_____

6) Theo Hạnh thì việc giới trẻ thích tiếp cận tin tức qua mạng xã hội có ảnh hưởng gì đến truyền hình truyền thống?

_____

_____

7) Theo Hà, người làm truyền hình cần làm gì để tồn tại trong kỷ nguyên số?

_____

_____

2. Dựa vào nội dung hội thoại, hãy thảo luận để hiểu thêm về một số nét văn hóa của người Việt.

1) Thói quen ăn hoa quả sau bữa chính.

2) Không muốn để khách giúp đỡ dọn dẹp.

3) Qua câu nói của nhân vật Nam: "Mình giỏi nhất khoản rửa bát đấy", người viết muốn ngụ ý rằng chuyện nam giới chia sẻ việc nhà với phụ nữ đã trở nên phổ biến.

4) Tình yêu bóng đá là một phần trong đời sống tinh thần của người Việt.

5) Ở Việt Nam, nhạc Bolero (nhạc vàng) có ảnh hưởng lớn đến đại đa số công chúng từ thành thị đến nông thôn.

Luyện Tập Từ Vựng 詞彙練習

1. Theo nội dung hội thoại, tìm từ phù hợp với định nghĩa cho sẵn.

nghiện	chỗ đứng	lôi cuốn	quảng bá
lan tỏa	bàn tán	thay thế	tảo hôn

1) _____ : (động từ) làm cho có thiện cảm, thích đến mức bị cuốn theo, đồng nghĩa với từ "cuốn hút".

2) _____ : (động từ) bàn luận rộng rãi một cách không có tổ chức và thường không đi đến kết luận.

3) _____ : lấy vợ hoặc lấy chồng khi chưa đến tuổi được pháp luật cho phép kết hôn.

4) _____ : thay vào chỗ của cái không còn thích hợp nữa.

5) _____ : ham thích đến mức thành thói quen khó bỏ, đồng nghĩa với "nghiền".

6) _____ : vị trí, vai trò trong gia đình, công việc, xã hội hoặc một lĩnh vực nào đó.

7) _____ : lan ra, tỏa rộng khắp xung quanh (mang nghĩa tích cực), ví dụ như: lan tỏa yêu thương, lan tỏa thông điệp, lan tỏa lối sống đẹp, lan tỏa sức mạnh, lan tỏa sự quan tâm, lan tỏa tình yêu sách.

8) _____ : phổ biến rộng rãi bằng các phương tiện thông tin.

2. Chọn từ phù hợp để điền vào chỗ trống.

1) (   ) Qua chương trình truyền hình thực tế này, chúng tôi hy vọng sẽ _____ được nguồn năng lượng tích cực, kết nối những người đồng bào xa quê cùng hướng về tổ quốc.

    A. lan tỏa   B. ngọc lan

    C. lan can   D. lan tràn

2) (   ) Theo thống kê thì trong cuộc sống hiện đại, chứng _____ công việc đang trở nên phổ biến. Nó để chỉ một người dành quá nhiều thời gian cho công việc, làm việc đến mức ngoài kiểm soát.

    A. nghiền   B. nghiện

    C. mê   D. cả A / B / C

3) (   ) Sự hưởng ứng của đông đảo người dân với chương trình vận động "Người Việt ưu tiên dùng hàng Việt" đã phần nào khẳng định _____ của hàng Việt trong lòng người tiêu dùng.

    A. chỗ ngồi   B. chỗ đứng

    C. thế đứng   D. thế kỷ

4) (   ) Hai ngày nay, trên khắp các trang mạng xã hội đều _____ xôn xao về vụ nam ca sĩ nổi tiếng ấy bị cáo buộc quấy rối tình dục.

    A. bàn thảo   B. bàn bạc

    C. bàn tán   D. bàn chân

5) (   ) Bộ phim này đã thực sự thành công khi _____ được người xem qua các tình tiết hấp dẫn mà rất đỗi gần gũi với thực tế cuộc sống.

    A. lôi cuốn   B. lôi đình

    C. lôi thôi   D. lôi kéo

6) （　　）Vì sự phát triển toàn diện của trẻ, ba mẹ nên khuyến khích con tham gia các hoạt động ngoài trời _____ cho việc thường xuyên ngồi xem tivi hay chơi điện thoại.

    A. thay mặt   B. thay băng

    C. thay thế   D. thay lòng

7) （　　）Việc tìm hiểu chính sách _____ của Google là một trong những quan tâm hàng đầu từ các doanh nghiệp muốn quảng bá sản phẩm, hình ảnh và dịch vụ của doanh nghiệp mình tới người tiêu dùng.

    A. quảng bá   B. quảng cáo

    C. quảng đại   D. cả A / B / C

3. Viết thêm các từ liên quan đến danh mục dưới đây.

Chương trình truyền hình: _____

_____

_____

Văn hóa truyền hình: _____

_____

_____

Ngữ Pháp 語法筆記 ▶MP3-7.4

1. Cách nói khi đề nghị làm rõ thông tin 「提議弄清楚某個資訊時的說法」

⦿ Mình chưa rõ ý của bạn là gì, bạn có thể nói cụ thể hơn được không?

我還沒完全理解你的意思，你可以再說得更具體一點嗎？

Giải thích 語法說明

– Lắng nghe là điều rất quan trọng trong giao tiếp, nhưng có lúc bạn chưa hiểu điều người khác đang nói. Để tránh hiểu lầm, bạn có thể đề nghị làm rõ thông tin một cách lịch sự như sau:

– 聆聽在溝通中極為重要，然而有時你可能會無法理解他人在說些什麼。為了避免誤會，你可以使用以下的句子，有禮貌地弄清楚對方想表達的意思：

1. Tôi e rằng tôi có một chút chưa thực sự hiểu về điều bạn vừa nói.

   抱歉，我有點不太懂你說的意思。

2. Tôi chưa rõ ý của bạn là gì, bạn có thể nói cụ thể hơn được không?

   我還沒完全理解你的意思，你可以再說得更具體一點嗎？

3. Thật xin lỗi, tôi chưa thực sự hiểu điều bạn muốn nói. Bạn có thể vui lòng nói lại một lần nữa được không?

   很抱歉，我真的不太能理解你想說的是什麼，可以請你再說一遍嗎？

4. Dạ nếu không phiền, anh có thể giải thích thêm về điều đó không?

   若是不麻煩，你可以對這件事再多做些補充解釋嗎？

2. Cách nói khi cần xác nhận lại thông tin 「再次確認資訊時的說法」

⊙ Liệu mình có hiểu đúng khi nói rằng sức hút của điện thoại thông minh quá lớn không?

智慧型手機的吸引力太大了，若照這樣講，我的理解是正確的嗎？

Giải thích 語法說明

– Làm thế nào để bạn xác nhận lại xem ai đó đã nói gì? Bạn lo lắng rằng liệu câu hỏi của mình có quá trực tiếp? Hãy tham khảo những cách nói dưới đây để có thể xác nhận lại thông tin một cách lịch sự, thể hiện rằng bạn không chỉ lắng nghe mà còn coi trọng những gì người khác nói.

– 如何確認他人說了什麼？你是否擔心自己的發問方式太直接？請參考以下的句型，讓你可以禮貌地向他人確認資訊，表示你不僅聆聽，同時也重視他們所說的話。

1. Liệu tôi có hiểu đúng khi nói rằng...?

……（某事），我這樣理解是對的嗎？

2. Nếu tôi hiểu đúng ý bạn, bạn vừa nói...?

如果我的理解是正確的，你是說……？

3. Hãy sửa cho tôi nếu tôi sai, nhưng...

如果我有講錯，請指正我，但……

4. Tôi có đúng khi hiểu rằng…

……（某事），我這樣的理解是對的嗎？

5. Khi bạn nói..., có phải ý của bạn là...?

你剛剛說……，你的意思是……對嗎？

Ví dụ

• Khi bạn nói công nghệ thay đổi cuộc sống, có phải ý của bạn là công nghệ đang thay đổi cách chúng ta sống và giúp cuộc sống của chúng ta trở nên dễ dàng hơn?

• Nếu tôi hiểu đúng ý bạn, bạn vừa nói chương trình "Vua tiếng Việt" giúp tôn vinh ngữ vựng và ngữ pháp tiếng Việt? Tôi cũng thấy qua các phần thi hấp dẫn, người xem có thể hiểu và sử dụng đúng nhiều ngữ pháp và ca dao trong tiếng Việt.

• _____

_____

• _____

_____

• _____

_____

• _____

_____

• _____

_____

• _____

_____

• _____

_____

3. Cách nói khi muốn sửa chữa những hiểu lầm 「修正誤會時的說法」

⦿ Thật xin lỗi. Có lẽ mình đã không nói rõ. Điều mình muốn nói là sự bùng nổ của mạng xã hội đang thay đổi cách xem và làm truyền hình.

很抱歉。可能是我沒說清楚。我想說的是社群網路的興起正在改變電視的觀看和製作方式。

Giải thích
語法說明

– Trong giao tiếp, chúng ta có thể có những hiểu lầm nhỏ. Để sửa chữa những hiểu lầm này hoặc muốn giải thích lại, bạn có thể tham khảo một số cách nói sau đây:

– 我們與人溝通，可能隨時有小誤會產生。為了修正誤會或想再次解釋，可以參考以下句型：

1. Tôi e rằng chúng ta đã có một sự hiểu lầm nhỏ.

   抱歉，我想我們有一些小誤會。

2. Tôi xin lỗi. Có lẽ tôi vừa nói chưa rõ ý của mình.

   抱歉。可能我剛剛沒有講清楚。

3. Bạn đang hiểu lầm ý tôi. Đó không phải là điều tôi muốn nói.

   你誤會我的意思了。那不是我想說的意思。

4. Thật xin lỗi. Có lẽ tôi đã không nói rõ. Điều tôi đang cố gắng nói là…

   很抱歉。可能是我沒有講清楚。我試著想講的是……

5. Hãy cho tôi diễn đạt lại điều đó một lần nữa.

   請讓我再為此事說明一次。

6. Nói cụ thể hơn,…

   具體來說，……

7. Nói một cách đơn giản là…

   簡單來說……

- Tôi xin lỗi. Có lẽ tôi vừa nói chưa rõ ý của mình. Tôi chỉ muốn khẳng định rằng chúng tôi sẽ không ngừng hoàn thiện chất lượng dịch vụ để luôn làm hài lòng quý khách hàng.

- Tôi e rằng chúng ta đã có một sự hiểu lầm nhỏ. Đây chỉ là do cách dùng từ khác nhau trong giao tiếp giữa các vùng miền, cũng giống như việc ta hiểu sai khi đọc các tin nhắn không dấu vậy.

- _____

- _____

- _____

- _____

- _____

- _____

- _____

- _____

1. Hãy dùng các mẫu câu ở phần ngữ pháp để tiến hành thảo luận nhóm.

Lần thứ nhất: Hai sinh viên tạo thành một nhóm, cùng thảo luận. Mỗi sinh viên chọn một chủ đề mà bạn có thể thảo luận ngay và bắt đầu hội thoại theo trình tự:

Sinh viên 1: trình bày về chủ đề

→ Sinh viên 2: muốn xác nhận lại thông tin

→ Sinh viên 1: xác nhận thông tin

→ Sinh viên 2: có hiểu lầm muốn hỏi lại

→ Sinh viên 1: giải thích và làm rõ

Lần thứ hai: Thay đổi thành viên giữa các nhóm và tiếp tục thảo luận về chủ đề đó.

Chủ đề tham khảo:

Chủ đề 1: Năng lượng hạt nhân

- Vấn đề thiếu năng lượng

- Nguồn năng lượng thay thế không đủ

- Rẻ, sạch và tương đối an toàn

- Nguy cơ tai nạn

- Xử lý chất thải

_____

_____

_____

_____

Chủ đề 2: Hôn nhân trong xã hội hiện đại

- Mang lại sự ổn định

- Nâng cao trách nhiệm

- Tốt cho xã hội và con cái

- Nhiều người đã ly hôn đều tái hôn

- Làm giảm tự do cá nhân

_____

_____

_____

Chủ đề 3: Gia đình truyền thống

- Sự ổn định cho trẻ em

- Bảo tồn các giá trị truyền thống

- Người phụ nữ phải chịu quá nhiều trách nhiệm

- Hạn chế sự phát triển của cá nhân

- Có vẻ không còn phù hợp

- Khó khi cần thay đổi môi trường sống

_____

_____

_____

2. Bạn có nghĩ ra bất kỳ điều gì có thể dẫn đến việc hiểu sai ý giữa Tiếng Việt và tiếng Trung?

_____

_____

_____

_____

_____

3. Làm quen và tạo một hội thoại ngắn với các từ liên quan đến chương trình truyền hình ở Việt Nam.

thời sự	新聞	tivi màn hình phẳng	液晶電視
phóng sự	採訪	kệ tivi	電視櫃
dự báo thời tiết	天氣預報	dàn âm thanh	音響
trò chơi truyền hình	綜藝節目（遊戲類）	loa	喇叭
chương trình truyền hình thực tế	真人秀節目	điều khiển (tivi)	遙控器
chương trình quảng cáo	廣告節目	đầu đĩa	光碟播放器
chương trình ca nhạc	音樂節目	mở / bật tivi	開電視
chương trình thể thao	體育節目	tắt tiếng	靜音
chương trình tọa đàm	談話節目	tăng âm lượng	調高音量
thế giới động vật	動物世界	giảm âm lượng	調低音量

phim tài liệu	紀錄片	chuyển kênh	轉台
phim truyền hình	電視劇	phát trực tiếp	直播
phim hoạt hình	動畫片	phát lại / chiếu lại	重播
phim hành động	動作片	thuyết minh	旁白
phim tình cảm	愛情片	lồng tiếng	配音
phim khoa học viễn tưởng	科幻片	bình luận viên	評論員
phim hình sự	警匪片	biên tập viên	編輯；主播
phim hài	喜劇片	phóng viên truyền hình	電視記者
phim kinh dị	恐怖片	đạo diễn	導演
phim lịch sử	歷史片	lên truyền hình	上電視
phim trinh thám	偵探片	trường quay	攝影棚

Luyện Viết 寫作練習

1. Đặt câu với những từ cho sẵn dưới đây.

1) cổ vũ: _____

_____

2) hát hò: _____

_____

3) mất giọng: _____

_____

4) bùng nổ: _____

_____

5) tiếp cận: _____

_____

6) quảng bá: _____

_____

2. Viết và thảo luận

1) Sưu tầm một video (5-10 phút) trên mạng về chủ đề chương trình truyền hình. Hãy đưa ra nhận xét và ý kiến cá nhân.

2) Hãy viết một bài văn ngắn có ít nhất 150 từ dựa trên các từ được gợi ý sau:

tivi, giải trí, truyền hình trực tuyến, kết nối tình cảm, xu hướng

_____

_____

_____

_____

_____

_____

_____

_____

_____

_____

_____

Ca Dao và Tục Ngữ Thường Dùng 常用的歌謠與俗語 ▶MP3-7.5

"Sông có khúc, người có lúc"

Sông Sài Gòn nhìn từ trên cao

Nghĩa đen: Ta có thể hiểu câu tục ngữ "sông có khúc, người có lúc" như sau: Sông có muôn hình vạn trạng, mỗi khúc sông lại có những đặc điểm khác nhau, nơi rộng nơi hẹp, chỗ nông chỗ sâu. Cũng như sông, cuộc đời con người có lúc này lúc khác, vui có buồn có, đa dạng và đầy màu sắc.

Nghĩa bóng: Câu tục ngữ này lấy sự biến đổi của dòng sông để ví với cuộc đời của con người. Dòng nước luôn chảy nên có sự thay đổi liên tục. Cuộc sống và đời người cũng vậy, luôn không ngừng thay đổi. Cuộc sống có lúc thăng lúc trầm, vậy nên bạn đừng quá buồn khi gặp sóng gió vì mọi chuyện rồi sẽ qua. Ngược lại, thành công bạn có hôm nay cũng không là mãi mãi. Chúng ta hãy giữ cho mình một tâm thế bình thản, vui vẻ đón nhận và giải quyết mọi việc. Câu này gần nghĩa với câu "人生起起落落" trong tiếng Trung.

Người ta thường dùng câu nói này để an ủi người khác hoặc chính mình khi gặp khó khăn. Trên đời, "sông có khúc, người có lúc", chúng ta không ai tránh được quy luật này. Hãy luôn cố gắng và sống hết mình, những điều tốt đẹp nhất đang đợi bạn ở phía trước.

Tài Liệu Tham Khảo 參考資料

[1] Vũ Phương Nhi (2021). VTV phải tiếp tục khẳng định vai trò, vị trí của Đài truyền hình quốc gia. Báo Điện tử Chính phủ.

https://baochinhphu.vn/print/vtv-phai-tiep-tuc-khang-dinh-vai-tro-vi-tri-cua-dai-truyen-hinh-quoc-gia-102297009.htm

[2] Nguyễn Tiến Vụ (2018). Xã hội hóa sản xuất các chương trình truyền hình - xu hướng tất yếu của các Đài phát thanh, truyền hình địa phương. Đài Phát thanh và Truyền hình Bắc Ninh.

https://bacninhtv.vn/tin-tuc-n3142/xa-hoi-hoa-san-xuat-cac-chuong-trinh-truyen-hinh--xu-huong-tat-yeu-cua-cac-dai-phat-thanh-truyen-hinh-dia-phuong.html.

[3] Thanh Yến (2016). Mạng xã hội thay đổi cách làm truyền hình. Báo điện tử Đại Biểu Nhân dân.

https://www.daibieunhandan.vn/mang-xa-hoi-thay-doi-cach-lam-truyen-hinh-375425

Bài 8

Tác phẩm
văn học

文學作品

Văn học là bộ phận quan trọng trong kho tàng văn hóa của một dân tộc. Văn học chứa đựng trong mình tâm tư, tình cảm, mong ước và khát vọng của con người, của tác giả trong từng giai đoạn lịch sử [1]. Từ tác phẩm văn học, chúng ta có thể khám phá  những phong tục, văn hóa vùng miền một cách tự nhiên và nguyên bản nhất. Có thể nói mỗi tác phẩm giống như một mảnh ghép sinh động về đời sống vật chất, tinh thần và những biến cố trong xã hội đương thời. Các tác phẩm kinh điển như: "Chí Phèo" của nhà văn Nam Cao, "Vợ Nhặt" của Kim Lân và "Số Đỏ" của Vũ Trọng Phụng, không chỉ phản ánh hiện thực cuộc sống mà còn truyền tải những thông điệp đẹp, giúp người đọc nhìn nhận thế giới một cách đa chiều và khách quan hơn [2]. Thật không sai khi nói rằng văn học có sức ảnh hưởng lớn, nuôi dưỡng tình cảm và tâm hồn của con người, biến thế giới này trở nên nhiều màu sắc, hấp dẫn và thú vị hơn.

1. Theo bạn, tại sao văn học có ảnh hưởng đến xã hội?

_____

_____

2. Bạn đánh giá thế nào là một tác phẩm văn học hay?

_____

_____

3. Hãy kể tên những tác phẩm văn học và tác giả nổi tiếng của Việt Nam mà bạn biết.

_____

_____

Nghe Hiểu 聽力理解 ▶MP3-8.2

1. Chọn Đúng (Đ) hoặc Sai (S) theo nội dung hội thoại.

1) （　　） Yến thấy quán cà phê này có không gian đẹp, bàn ghế và giá sách được thiết kế hiện đại như một thư viện.

2) （　　） Tuấn thường đến quán cà phê để đọc sách và giao lưu vào ngày cuối tuần.

3) （　　） Yến muốn đọc sách để tìm hiểu văn hóa và trau dồi thêm vốn tiếng Việt.

4) （　　） Yến thích các tác phẩm kinh điển vì nó có chiều sâu, mang nhiều đạo lý và mỹ tục.

5) （　　） Tiểu thuyết diễm tình có văn chương bay bổng và thường viết về tình yêu quê hương đất nước.

6) （　　） Yến sống ở nước ngoài từ nhỏ nên khó tránh khỏi việc không hiểu rõ về quê hương.

7) （　　） Khi đọc sách, Nam có thói quen ghi lại những câu nói hay, tâm đắc để áp dụng chúng lúc nói chuyện với người khác.

8) （　　） Yến tin văn học phản ánh được lịch sử, văn hóa và xã hội Việt Nam qua các thời kỳ.

9) （　　） "Truyện Kiều" được viết bằng 3254 câu thơ lục bát và là một kiệt tác thơ ca của Việt Nam.

10) （　　） "Chị Dậu" được dùng để ẩn dụ về những người và gia đình có hoàn cảnh khó khăn, nghèo khổ trong xã hội.

2. Chọn đáp án đúng nhất theo nội dung hội thoại.

1) (   ) Tên quyển sách mà Tuấn đang đọc trong lúc đợi Yến là?

A. Nhật ký Đặng Thùy Trâm

B. Nhật ký trong tù

C. Bác sĩ Đặng Thùy Trâm

D. Tự truyện Đặng Thúy Hạnh

2) (   ) Tuấn có nhận xét như thế nào về cách nói chuyện của Yến?

A. Yến nói chuyện rất hay như nhà văn, nhà báo

B. Yến nói chuyện rất hữu ích

C. Yến nói chuyện rất cuốn hút

D. Tất cả các đáp án trên

3) (   ) Các thể loại văn học dân gian được Tuấn nhắc đến gồm:

A. Truyện truyền thuyết

B. Truyện cổ tích

C. Truyện ngụ ngôn

D. Tất cả các đáp án trên

4) (   ) "Kiều" được dùng để chỉ những người con gái như thế nào?

A. Người con gái không xinh đẹp

B. Người con gái trẻ, xinh đẹp

C. Người con gái nghèo khổ

D. Người con gái hài hước

5) (   ) Tên nhà thơ nào không có trong danh sách mà Tuấn giới thiệu cho Yến?

A. Hồ Xuân Hương

B. Hồ Chí Minh

C. Nguyễn Khoa Điềm

D. Tố Hữu

Hôm nay, Hải Yến có hẹn với Tuấn tại quán cà phê sách Nhã Nam. Đến chỗ hẹn, Yến thấy Tuấn đang vừa uống cà phê vừa chăm chú đọc quyển sách trên tay.

Hải Yến:	Chào Tuấn. Cậu đang đọc gì mà say sưa thế?
Tuấn:	Chào Hải Yến. Bạn ngồi đi. Mình đang đọc cuốn "Nhật ký Đặng Thùy Trâm". Bạn uống gì để mình gọi nào.
Hải Yến:	Cho mình một sinh tố bơ. Cảm ơn Tuấn.
Tuấn:	Đợi mình một chút nhé.

Tuấn đi gọi đồ uống cho bạn và nhanh chóng quay trở lại.

Hải Yến:	Quán này có không gian tuyệt quá. Bàn ghế, giá sách được thiết kế hiện đại và đẹp mắt, cứ như một thư viện lớn vậy.
Tuấn:	Đẹp phải không? Lần trước Yến nói muốn tìm một số tác phẩm văn học là mình nghĩ ngay đến quán này. Khi rảnh, mình thường đến đây để đọc sách và giao lưu.
Hải Yến:	Đúng rồi. Mình đang muốn tìm một số quyển sách và tập thơ hay để đọc, vừa tìm hiểu văn hóa vừa trau dồi thêm vốn tiếng Việt của mình.
Tuấn:	Yến thích đọc thể loại nào? Các tác phẩm văn học kinh điển hay tiểu thuyết diễm tình?
Hải Yến:	Mình thích các tác phẩm kinh điển vì nó có chiều sâu, mang nhiều đạo lý, mỹ tục và khát vọng cao đẹp của con người. Còn tiểu thuyết diễm tình thì mình không hiểu lắm?
Tuấn:	À tiểu thuyết diễm tình là tên gọi khác của các tác phẩm ngôn tình. Thể loại này có văn chương bay bổng, nhiều cảm xúc, thường viết về tình cảm nam nữ thuần túy.

Hải Yến:	Mình vốn giàu cảm xúc rồi nên cậu giới thiệu cho mình sách về lịch sử và văn hóa đi.
Tuấn:	Mình biết mà, chỉ trêu Yến chút thôi. Mình đã chuẩn bị một danh sách những tác phẩm được đánh giá cao của các tác giả nổi tiếng đây. Để mình chuyển qua tin nhắn cho Yến.
Hải Yến:	Cảm ơn cậu. Mình là người Việt nhưng sống ở nước ngoài từ nhỏ nên khó tránh khỏi việc không hiểu rõ về quê hương. Mình hy vọng sách sẽ trở thành cầu nối giúp mình hiểu về quá khứ, để thêm yêu đất nước và con người Việt Nam.
Tuấn:	Yến nói hay quá, cứ như nhà văn, nhà báo ấy. Hay sau này Yến làm nghề viết đi.
Hải Yến:	Mình hổng dám đâu. Mình chỉ là có thói quen ghi lại những câu nói hay, tâm đắc khi đọc sách, rồi áp dụng khi nói chuyện mà thôi.
Tuấn:	Thảo nào những câu chữ bạn dùng rất tinh tế và sâu sắc. Thói quen này có vẻ hữu ích đấy.
Hải Yến:	Ai đó từng nói: "Bạn càng đọc nhiều, bạn càng biết nhiều." Mình tin văn học phản ánh được lịch sử, văn hóa, xã hội và con người Việt Nam qua các thời kỳ. Để mình xem tên những cuốn sách mà cậu gợi ý nhé. "Chí Phèo" của Nam Cao, "Tắt đèn" của Ngô Tất Tố, "Cánh đồng bất tận" của Nguyễn Ngọc Tư, "Hà Nội băm sáu phố phường – Thạch Lam", "Truyện Kiều – Nguyễn Du",...
Tuấn:	Văn học Việt Nam gồm hai bộ phận chính là văn học dân gian và văn học viết. Trong đó, văn học dân gian có tính truyền miệng gồm bốn thể loại: truyện truyền thuyết, truyện cổ tích, truyện ngụ ngôn và truyện cười. Còn văn học viết thì có nhiều loại như: tiểu thuyết, truyện ngắn, hồi ký, thơ, trường ca,... Có rất nhiều tác phẩm hay, bạn cứ từ từ tìm đọc.

Hải Yến: Mình muốn đọc "Truyện Kiều" của Nguyễn Du. Mình biết hai câu thơ:

"Người đâu gặp gỡ làm chi
Trăm năm biết có duyên gì hay không."

Tuấn: "Truyện Kiều" là một kiệt tác thơ ca của Việt Nam đấy. Truyện được viết bằng 3254 câu thơ lục bát nên thật không có gì lạ khi người ta gọi Nguyễn Du là đại thi hào của dân tộc. Mà Yến biết không, "Kiều" còn được dùng để chỉ người phụ nữ trẻ, xinh đẹp như Yến. Ý mình muốn khen là: Yến rất xinh, xinh như Kiều ấy.

Hải Yến: (cười) Mình biết Tuấn đẹp trai như Từ Hải nhưng đừng bao giờ nhân danh tình bạn để nói những lời làm mình xao xuyến biết không.

Tuấn: Mình nói thật mà. Mình chỉ là không dám với cao như Từ Hải. Thôi để mình dạy bạn mấy câu hài hước hay ho trong văn thơ nhé.

Hải Yến: Thế thì tuyệt quá. Để mình ghi lại.

Tuấn: Trong tác phẩm "Số đỏ" có câu trào phúng: "Biết rồi, khổ lắm, nói mãi." Đây là câu nói cửa miệng của cụ Cố Hồng, dù cụ không biết gì cả.

Còn chị Dậu là tên nhân vật chính trong tác phẩm "Tắt đèn" nhưng ngày nay từ "chị Dậu" được dùng để ẩn dụ về những người và gia đình có hoàn cảnh khó khăn, nghèo khổ trong xã hội.

Hải Yến: Còn Thị Nở thì dùng để chỉ người phụ nữ không xinh đẹp, đúng không?

Tuấn: Đúng rồi. Yến cũng giỏi ha. Còn về thơ, Yến có thể đọc các tập thơ của nhà thơ Hồ Xuân Hương, Xuân Diệu, Hồ Chí Minh hay Tố Hữu. Mình rất thích bốn câu thơ này, đọc tặng Yến nha:

"Gạo đem vào giã bao đau đớn
Gạo giã xong rồi trắng tựa bông.
Sống ở trên đời người cũng vậy
Gian nan rèn luyện mới thành công."

- Hồ Chí Minh -

Hải Yến: Ồ câu thơ rất ý nghĩa về việc rèn luyện, phấn đấu. Mình phải tìm ngay một quyển để đọc mới được. Cảm ơn Tuấn nha.

Tuấn: Bạn bè cảm ơn gì chứ. Cho bạn cả cuốn này nữa. "Nhật ký Đặng Thùy Trâm" cũng rất đáng để đọc đó.

Từ Mới 生詞 ▶MP3-8.3

kho tàng	寶藏	truyện ngụ ngôn	寓言故事
tâm tư	心思；思想	truyện cười	笑話
khát vọng	渴望；抱負	truyện ngắn	短篇故事
nguyên bản	原始	hồi ký	回憶錄
sinh động	生動	trường ca	史詩
biến cố	重大事件；變動；變故	cầu nối	橋梁
phản ánh	反映	nhà văn	作家
hiện thực	現實；現實的	nhà báo	記者
thông điệp	寓意；涵義	tâm đắc	打中我的心
nhìn nhận	認定	tinh tế	精準的
đa chiều	多元的	sâu sắc	深刻的
khách quan	客觀的	Chí Phèo	志飄（書名）
tâm hồn	心靈	Tắt đèn	熄燈（書名）
quán cà phê sách	咖啡書店	Cánh đồng bất tận	無盡稻田（書名）
chăm chú	專注	Truyện Kiều	翹傳（書名）
sinh tố bơ	酪梨果汁	kiệt tác	傑作
đẹp mắt	美的；美不勝收的	thơ lục bát	六八體（越南傳統詩形式）
giao lưu	交流	đại thi hào	大詩人
tập thơ	詩集	xao xuyến	心動
trau dồi	培養	với cao	高攀
tác phẩm văn học kinh điển	經典文學作品	trào phúng	諷刺
tiểu thuyết	小說	câu nói cửa miệng	口頭禪

diễm tình / ngôn tình	言情；浪漫愛情	ẩn dụ	隱喻
mỹ tục	美麗的風俗習慣	hoàn cảnh	處境
bay bổng	語妙絕倫；文章優美	nghèo khổ	窮困的
thuần túy	純潔的；純粹的	giã	打；舂；搗
văn học dân gian	民間文學	đau đớn	疼痛
văn học viết	書面文學	tựa	似；相似
thể loại	類別；種類	bông	棉花
truyện truyền thuyết	傳說故事	gian nan	艱難
truyện cổ tích	童話故事	rèn luyện	鍛鍊

Khám phá những điều kỳ diệu từ văn học

Đọc Hiểu 閱讀理解

1. Dựa vào nội dung hội thoại để trả lời các câu hỏi dưới đây.

1) Tuấn đang làm gì khi Hải Yến đến quán cà phê?

2) Lý do Hải Yến muốn tìm đọc một số quyển sách và thơ của Việt Nam?

3) Hải Yến thích thể loại sách nào? Vì sao?

4) Hải Yến hy vọng điều gì khi đọc sách để tự học?

5) Tên các cuốn sách mà Hải Yến được Tuấn giới thiệu?

6) Nguyễn Du là ai và có tác phẩm gì nổi bật?

7) Tuấn đã nhắc đến những nhà thơ nổi tiếng nào?

_____

_____

8) Hãy trình bày cảm nghĩ của bạn về bốn câu thơ mà Tuấn đọc tặng Hải Yến.

_____

_____

2. Dựa vào nội dung hội thoại, hãy thảo luận để hiểu hơn về một số nét văn hóa của người Việt.

1) Sinh tố hoa quả là đồ uống phổ biến ở quán cà phê.

2) Cà phê sách – một nét đẹp mới trong văn hóa.

3) Người Việt thích sự hài hước và thường nói đùa khi muốn không khí thoải mái, vui vẻ hơn.

4) Cách ví von liên quan đến các nhân vật trong văn học và thơ ca. Ví dụ: xinh như Kiều, xấu như Thị Nở, ghen như Hoạn Thư, hiền như Tấm, ác như Cám, khổ như Lão Hạc, nghèo như Chị Dậu, Sở Khanh (chỉ người con trai xấu xa, lừa con gái), Chí Phèo (chỉ người hay ăn vạ, thô bạo),…

5) Bói Kiều – một nét văn hóa tâm linh của người Việt [3] .

Luyện Tập Từ Vựng 詞彙練習

1. Theo nội dung hội thoại, tìm từ phù hợp với định nghĩa cho sẵn.

khát vọng	xao xuyến	tâm đắc
sâu sắc	trau dồi	bay bổng

1) _____ : (động từ) làm cho ngày càng tốt hơn, có chất lượng cao hơn (dùng với người).

2) _____ : (động từ) ① bay cao lên khoảng không; ② tính cường điệu hoặc siêu thực trong văn thơ.

3) _____ : (động từ) hiểu được sâu sắc; (tính từ) rất hiểu và hợp nhau.

4) _____ : (danh từ) mong muốn những điều lớn lao, tốt đẹp với một sức thôi thúc mạnh mẽ.

5) _____ : (tính từ) đi vào chiều sâu, có ý nghĩa quan trọng và lâu dài; (tình cảm) rất sâu trong lòng, không thể phai nhạt.

6) _____ : (động từ) xúc động kéo dài, ở trạng thái có những cảm xúc mạnh trong lòng.

2. Chọn từ phù hợp để điền vào chỗ trống.

1) (   ) "Cuốn theo chiều gió" là tiểu thuyết về tình yêu vô cùng lôi cuốn, với giọng văn _____, lãng mạn mà sâu sắc của nhà văn Margaret Mitchell.

    A. bay lượn   B. bay bổng

    C. bay nhảy   D. bay biến

2) (   ) Các tác phẩm văn học nổi tiếng đã truyền tải _____ hòa bình của các dân tộc ở khắp nơi trên thế giới.

    A. khát nước   B. vọng cổ

    C. khát vọng   D. thèm khát

3) (   ) Công nghệ luôn phát triển không ngừng vì thế chúng ta cần chăm chỉ học tập, _____ kiến thức mỗi ngày để không bị thụt lùi lại phía sau.

    A. cập nhật   B. trau dồi

    C. bổ sung   D. cả A / B / C

4) (   ) Dù đã tốt nghiệp nhiều năm rồi nhưng mỗi lần chuẩn bị đến ngày họp lớp là tôi lại nhớ về những giây phút chia tay _____ của một thời áo trắng.

    A. xao động   B. xao xuyến

    C. xao nhãng   D. xao xác

5) (   ) Tôi rất _____ với câu nói: "Bạn không bao giờ thay đổi được quá khứ của bạn nhưng bạn có thể thay đổi được tương lai." Chỉ cần có ý chí và quyết tâm, một tương lai rộng mở đang chờ đón bạn.

    A. tâm đắc   B. tâm bão

    C. tâm huyết   D. tâm giao

6) (　　) Cô ấy có cách kể chuyện ＿＿＿＿＿＿ kết hợp cùng ngôn ngữ cơ thể linh hoạt nên chương trình của cô ấy rất được các bạn nhỏ ưa thích.

    A. sinh chuyện   B. sinh sống

    C. sinh tố   D. sinh động

7) (　　) Tôi muốn được bày tỏ lòng biết ơn ＿＿＿＿＿＿ về sự quan tâm, chăm sóc và chỉ bảo tận tình của Ban lãnh đạo và đồng nghiệp đã dành cho tôi.

    A. sâu răng   B. sâu cay

    C. sâu sắc   D. sâu xa

3. Viết thêm các từ liên quan đến các danh mục dưới đây.

Tác phẩm văn học:

＿＿＿＿＿＿＿＿＿＿＿＿＿＿＿＿＿＿＿＿＿＿＿＿＿＿＿＿＿

＿＿＿＿＿＿＿＿＿＿＿＿＿＿＿＿＿＿＿＿＿＿＿＿＿＿＿＿＿

＿＿＿＿＿＿＿＿＿＿＿＿＿＿＿＿＿＿＿＿＿＿＿＿＿＿＿＿＿

Bài thơ nổi tiếng:

＿＿＿＿＿＿＿＿＿＿＿＿＿＿＿＿＿＿＿＿＿＿＿＿＿＿＿＿＿

＿＿＿＿＿＿＿＿＿＿＿＿＿＿＿＿＿＿＿＿＿＿＿＿＿＿＿＿＿

＿＿＿＿＿＿＿＿＿＿＿＿＿＿＿＿＿＿＿＿＿＿＿＿＿＿＿＿＿

1. khó tránh khỏi, không thể tránh khỏi 「難免 / 不可避免 / 無可避免」

⊙ Khi bạn không thường xuyên tập thể dục mà đi leo núi đường dài thì khó tránh khỏi việc cơ bị đau, chân tay nhức mỏi.

不常運動卻去爬長途的高山，肌肉、四肢痠痛是不可避免的事情。

Giải thích
語法說明

– Cấu trúc này dùng để biểu thị một điều không mong đợi, là tất yếu hoặc do nguyên nhân được đề cập phía trước gây ra. "khó tránh khỏi / không thể tránh khỏi" thường được theo sau bởi một danh từ chỉ hiện tượng, sự việc hoặc kết hợp với từ "việc / chuyện / điều" để tự biến thành một danh từ "việc khó tránh khỏi / chuyện không thể tránh khỏi / điều khó tránh khỏi".

– 此句型用來表示不希望發生的事情卻必然發生，是由於前面提到的原因所造成的。「khó tránh khỏi / không thể tránh khỏi」（難免 / 不可避免 / 無可避免）後面通常連接一個現象、事件，或是與「việc / chuyện / điều」（事 / 事情）搭配，轉變成名詞「việc khó tránh khỏi / chuyện không thể tránh khỏi / điều khó tránh khỏi」（不可避免的事）。

Ví dụ

· Sau khi Việt Nam gia nhập Tổ chức Thương mại Thế giới, các doanh nghiệp nhỏ và vừa trong nước khó tránh khỏi việc đối mặt với một số khó khăn do thị trường hàng hóa được mở rộng, các sản phẩm nhập khẩu tăng lên.

· Bất đồng quan điểm là điều khó tránh khỏi trong giao tiếp.

· Trên con đường đi tới thành công thì gặp phải một vài thất bại là điều không thể tránh khỏi.

· Khi hai doanh nghiệp mới sáp nhập sẽ khó tránh khỏi những mâu thuẫn từ sự khác biệt về văn hóa.

2. chỉ là... mà thôi 「只是……而已」

⊙ Đây chỉ là ý kiến cá nhân của tôi mà thôi. Nó không đại diện cho quyết định của Hội đồng quản trị.

這只是我個人的意見而已，不代表董事會的決定。

Giải thích 語法說明

– Cấu trúc này được dùng để biểu thị điều gì đó ở một mức độ không cao. Từ "mà thôi" nhấn mạnh nghĩa "đến thế thôi, chỉ có thế, không hơn" với tác dụng giảm mức độ. Trong văn nói, từ "mà thôi" đôi khi được lược bỏ. Bạn có thể tham khảo thêm cấu trúc "chẳng qua là / chẳng qua chỉ là / chẳng qua cũng chỉ là… mà thôi" với nghĩa tương tự hay cấu trúc "chỉ có… mà thôi" để thể hiện độ hiếm về số lượng.

– 本句型用來表示某事的位階不高。「mà thôi」（而已）這個詞強調「到這裡而已、僅此而已、沒有更多」的意思，具有降低位階的效果。在口語中，有時會省略「mà thôi」一詞。請參考同義的句型「chẳng qua là / chẳng qua chỉ là / chẳng qua cũng chỉ là… mà thôi」（不過是 / 不過只是 / 不過（也）只是……而已）或是使用「chỉ có… mà thôi」（只有……而已）來表達數量的稀有性。

Ví dụ

· Đây chỉ là một câu chuyện cũ được viết lại mà thôi, chứ nội dung không có điều gì mới mẻ.

· Tôi chẳng qua là biết một chút về máy tính mà thôi, chứ có phải là chuyên gia gì đâu. Bạn không cần khách sáo.

· Truyện Kiều chỉ là một trong những tác phẩm nổi tiếng của Nguyễn Du mà thôi.

· _____

_____

222

3. không có gì ngạc nhiên, không có gì lạ khi 「在意料之中 / 一點都不意外」

⊙ Là một đất nước đang phát triển nên không có gì lạ khi Việt Nam có tốc độ tăng trưởng kinh tế nhanh nhưng sự phân hóa giàu nghèo cũng ngày càng rõ rệt.

作為一個正在發展的國家，越南經濟快速成長乃在意料之中，但貧富差距也越來越明顯。

Giải thích 語法說明

– Cụm từ này được sử dụng để chỉ ra những sự việc, hành động tồn tại như một tất yếu hay một điều không thể tránh khỏi. Nó thường được theo sau bởi một danh từ.

– 此片語用來指事情、行動的存在是必要、不可避免的事情。通常後面會接一個名詞。

Ví dụ

· Bộ trưởng Bộ Lao động - Thương binh và Xã hội nhận xét rằng không có gì ngạc nhiên khi thị trường việc làm hiện nay tuy trở nên năng động với nhiều cơ hội nhưng cũng yêu cầu cao hơn về tay nghề và kỹ năng của lao động.

· Cô ấy nói rằng không có gì lạ khi ai đó khen anh trai của cô ấy đẹp trai và hát hay.

4. trên danh nghĩa, nhân danh 「（在）名義上 / 以……的名義」

⊙ Trên danh nghĩa ông ấy là giám đốc điều hành của công ty nhưng thực tế mọi quyền hành quản lý đều nằm trong tay phó giám đốc.

名義上他是公司的執行長，但實際上管理權力都掌握在副理手上。

Giải thích 語法說明

– Cụm từ này thường theo sau bởi một danh từ chỉ người hoặc một chức danh, được sử dụng để biểu thị ý nhân danh hoặc đại diện cho ai đó.

– 此片語後面通常會接著一個表示人或稱謂的名詞，用於表示以某人的名義或代表某人。

Ví dụ

· Chị ấy làm hội trưởng hội nhà văn Việt Nam chỉ trên danh nghĩa mà thôi.

· Đừng bao giờ nhân danh tình yêu để làm bất cứ điều gì có lỗi, khiến người yêu bạn phải buồn.

· _____

_____

· _____

_____

· _____

_____

· _____

_____

· _____

_____

Luyện Nói 口語練習

1. Hãy dùng các mẫu câu ở phần ngữ pháp để tiến hành thảo luận nhóm.

Lần thứ nhất: Hai sinh viên tạo thành một nhóm, cùng thảo luận. Mỗi sinh viên chọn một chủ đề mà bạn có thể thảo luận ngay và bắt đầu hội thoại.

Lần thứ hai: Thay đổi thành viên giữa các nhóm và tiếp tục thảo luận về chủ đề đó.

Chủ đề tham khảo:

Chủ đề 1: Quản lý thời gian hiệu quả

- Phân loại những việc quan trọng và việc cấp bách

- Sử dụng ma trận quản lý thời gian

- Sống cho hiện tại

- Không tự gây áp lực về tương lai

- Tập trung vào những điều tốt đẹp trong quá khứ

- Lên kế hoạch cho tương lai

_____

_____

_____

_____

Chủ đề 2: Văn hóa đọc trong xã hội ngày nay

- Sách là nguồn tri thức vô giá, tích lũy từ ngàn đời

- Thị trường sách nói và sách điện tử

- Sức hấp dẫn từ các phương tiện nghe nhìn

- Tìm kiếm thông tin trên Internet nhanh và cập nhật

2. **Will Rogers từng nói: "Con đường đi đến thành công được đánh dấu bởi rất nhiều chốn dừng chân cám dỗ." Bạn hãy cho biết ý kiến của mình về câu nói này. (Thời gian chuẩn bị là 2 phút và có 3 phút để nói.)**

Câu hỏi gợi ý:

- Bạn định nghĩa thế nào về thành công?

- Điều gì có thể làm bạn sao nhãng khỏi mục tiêu ban đầu?

- Làm thế nào để tránh được những cám dỗ ngay từ khi nó bắt đầu?

- Hãy chia sẻ cách để bạn nâng cao khả năng kiểm soát bản thân.

3. Làm quen và tạo một hội thoại ngắn với các từ liên quan đến tác phẩm văn học, thơ và các loại sách dưới đây.

tiểu thuyết khoa học viễn tưởng	科幻小說	tạp chí	雜誌
tiểu thuyết lịch sử	歷史小說	báo	報紙
tiểu thuyết hành động	動作小說	tập thơ	詩集
sách văn học	文學書籍	thơ song thất lục bát	雙六八體（越南傳統詩形式）
sách lịch sử	歷史書籍	thơ thất ngôn tứ tuyệt	七言絕句
sách kinh tế	經濟學書籍	thơ ngũ ngôn tứ tuyệt	五言絕句
sách nghệ thuật	藝術書籍	thơ thất ngôn bát cú đường luật	七言八句
sách chính trị	政治學書籍	thể thơ năm chữ	五言詩
sách tâm lý	心理學書籍	thơ tự do	自由體詩
sách tôn giáo	宗教書籍	tra cứu sách	查詢書籍
sách nghiên cứu văn học	文學研究類書籍	tác giả	作者
sách nói	有聲書	nhà xuất bản	出版社
sách điện tử	電子書	năm xuất bản	出版年
truyện tranh	漫畫	bìa sách	封面；書衣
truyện thiếu nhi	兒童故事	gáy sách	書背；書脊
bách khoa toàn thư	百科全書	trang sách	書頁

Luyện Viết 寫作練習

1. Đặt câu với những từ và ngữ pháp cho sẵn.

1) kho tàng: _____

_____

2) sinh động: _____

_____

3) trau dồi: _____

_____

4) sâu sắc: _____

_____

5) xao xuyến: _____

_____

6) khó tránh khỏi…: _____

_____

7) trên danh nghĩa: _____

_____

2. Viết và thảo luận

1) Viết một đoạn văn ngắn khoảng 150 từ với các từ được gợi ý sau:

tác phẩm văn học, nổi tiếng, tư tưởng, trào phúng, sâu sắc, tinh tế

_____

_____

_____

_____

_____

_____

_____

_____

_____

_____

_____

2) Hãy viết một bài văn ngắn về nội dung chính của một quyển sách hoặc cảm nghĩ về một bài thơ mà bạn đã đọc. (Bạn có thể tham khảo 5 câu hỏi: ai? việc gì? ở đâu? khi nào? và tại sao?)

Ca Dao và Tục Ngữ Thường Dùng 常用的歌謠與俗語 ▶MP3-8.5

Đất Nước

- Tác giả: Nguyễn Khoa Điềm -

"Khi ta lớn lên Đất Nước đã có rồi

Đất Nước có trong những cái "ngày xửa ngày xưa..." mẹ thường hay kể

Đất Nước bắt đầu với miếng trầu bây giờ bà ăn

Đất Nước lớn lên khi dân mình biết trồng tre mà đánh giặc

Tóc mẹ thì bới sau đầu

Cha mẹ thương nhau bằng gừng cay muối mặn

Cái kèo, cái cột thành tên

Hạt gạo phải một nắng hai sương xay, giã, giần, sàng

Đất Nước có từ ngày đó..." [4]

Trích trong bài thơ "Đất Nước"

Đoạn trích thể hiện cách nhìn mới mẻ của nhà thơ Nguyễn Khoa Điềm về đất nước qua những vẻ đẹp bình dị bắt nguồn từ lịch sử, văn hóa và truyền thống dân tộc. Tác giả muốn nhấn mạnh tư tưởng "Đất Nước của nhân dân". Trong đó, 9 câu thơ đầu lý giải về cội nguồn Đất Nước. Tác giả khẳng định: "Khi ta lớn lên Đất Nước đã có rồi". Đất Nước bắt nguồn từ những điều bình dị, từ câu truyện dân gian "sự tích trầu cau" và tục ăn trầu. Đất Nước trưởng thành cùng quá trình lao động sản xuất và đấu tranh chống giặc ngoại xâm của dân tộc. Qua chiều dài hàng nghìn năm lịch sử, Đất Nước có trong trái tim của mỗi người, khi người dân biết gắn bó, đoàn kết thì đất nước sẽ trở nên hùng cường, to lớn. Để rồi các thế hệ tương lai "mang Đất Nước đi xa", Đất Nước sẽ trường tồn, bền vững. Vậy nên, mỗi người dân phải có trách nhiệm, cùng góp phần xây dựng đất nước.

Tài Liệu Tham Khảo 参考資料

[1] Lê Nguyên Lâm (2019). Sổ Tay Kiến Thức Ngữ Văn – Trung học Phổ thông. Nhà xuất bản Đại Học Quốc Gia Hà Nội. ISBN. 8936067601695.

[2] Bùi Hạnh Như (2022). Phân tích tác phẩm văn học để phát triển bản thân. Báo điện tử VnExpress.

https://vnexpress.net/phan-tich-tac-pham-van-hoc-de-phat-trien-ban-than-4448018.html

[3] Đặng Minh Phương (2006). Lý thú về bói Kiều. Báo Nhân Dân điện tử.

https://nhandan.vn/di-san/ly-thu-ve-boi-kieu-438992

[4] Nguyễn Khoa Điềm (1971). Đất nước. Sách Ngữ Văn 12 Tập 1 - năm 2020. Nhà xuất bản Giáo dục Việt Nam.

Bài 9

Vấn đề
năng lượng

能源問題

Thời gian qua, nhiều quốc gia đang phải đối mặt với cuộc khủng hoảng năng lượng. Vấn đề thiếu hụt khí đốt tại châu Âu và giá xăng dầu tăng vọt trên toàn thế giới là những điểm nổi cộm trong bức tranh năng lượng toàn cầu [1]. Phát biểu tại diễn đàn "Kinh tế năng lượng và phát triển bền vững", Tiến sĩ Bùi Thế Đức – Phó Trưởng Ban Tuyên giáo Trung ương khẳng định: "Năng lượng đóng vai trò vô cùng quan trọng trong đời sống kinh tế – xã hội của loài người nói chung. Xã hội càng phát triển thì nhu cầu sử dụng năng lượng ngày càng cao. Nhưng nguồn năng lượng truyền thống đang cạn kiệt dần, tỷ lệ thuận với tốc độ phát triển của kinh tế thế giới. Bởi vậy, các cuộc xung đột, chiến tranh, những điểm nóng trên thế giới những năm gần đây, suy cho cùng, có nguyên nhân từ vấn đề tranh chấp và tìm kiếm năng lượng" [2]. Để tránh rơi vào tình trạng thiếu hụt năng lượng, Việt Nam đã và đang đa dạng hóa nguồn điện, chuyển dịch cơ cấu năng lượng sang các nguồn năng lượng tái tạo, hướng tới mục tiêu phát triển bền vững [3].

1. Bạn đánh giá thế nào về vai trò của ngành năng lượng trong cuộc sống hiện đại?

_____

_____

2. Theo bạn, năng lượng xanh có ưu điểm và nhược điểm gì?

_____

_____

3. Để góp phần giải quyết vấn đề năng lượng, "bất động sản xanh" đang được rất nhiều người lựa chọn. Hãy cho biết quan điểm của bạn về xu hướng này.

_____

_____

Nghe Hiểu 聽力理解   ▶MP3-9.2

1. Chọn Đúng (Đ) hoặc Sai (S) theo nội dung hội thoại.

1) （   ) Thầy giáo yêu cầu sinh viên thảo luận về chủ đề năng lượng tái
   tạo.

2) （   ) Năng lượng tái tạo được tạo ra từ các nguồn tài nguyên tự nhiên
   như gió, mưa hay ánh sáng mặt trời.

3) （   ) Nhiệt điện giữ vai trò quan trọng nhất trong ngành điện lực của
   Việt Nam.

4) （   ) Địa nhiệt là nguồn năng lượng sạch, được tách ra từ nhiệt độ của
   trái đất.

5) （   ) Địa nhiệt tuy chịu ảnh hưởng bởi thời tiết nhưng không tạo ra
   chất thải.

6) （   ) Nhà máy địa nhiệt đầu tiên của Việt Nam được xây dựng ở
   Quảng Trị.

7) （   ) Ngoài tạo ra điện, tấm pin năng lượng mặt trời còn tác dụng che
   mát và chống nóng rất tốt.

8) （   ) Mấy năm gần đây, năng lượng xanh đang là từ khóa nóng trên
   internet.

9) （   ) Các dự án xanh luôn lấy con người làm trung tâm, thiết kế và
   xây dựng theo hướng gần gũi với con người.

10) （   ) Khu Bằng Lăng của Vinhomes được thiết kế theo phong cách
    của Ý với hơn 60% diện tích là các mảng xanh và mặt nước.

2. Chọn đáp án đúng nhất theo nội dung hội thoại.

1) (   ) Khi nhắc tới hệ thống năng lượng, Hạnh không đề cập đến loại năng lượng nào:

   A. Dầu khí

   B. Than đá

   C. Khí đốt

   D. Điện

2) (   ) Nguồn khoáng nóng của Việt Nam tập trung chủ yếu ở đâu?

   A. Đồng bằng Bắc Bộ

   B. Vùng Tây Bắc và Nam Trung Bộ

   C. Vùng Tây Nguyên

   D. Vùng Tây Nam và Bắc Trung Bộ

3) (   ) Thông tin đúng về nhà máy địa nhiệt đầu tiên của Việt Nam?

   A. Công suất 25 megawatt

   B. Vốn đầu tư lên đến 50 triệu USD

   C. Cấp phép xây dựng năm 2010

   D. Tất cả các đáp án trên

4) (   ) Sử dụng pin năng lượng mặt trời vừa đúng theo xu hướng nào?

   A. Xu hướng tiết kiệm năng lượng

   B. Xu hướng toàn cầu hóa

   C. Xu hướng kiến trúc xanh và phát triển bền vững

   D. Xu hướng phát triển công nghiệp

5) (   ) Lý do gia đình Hạnh không đổi nhà nữa?

   A. Mẹ Hạnh thích căn nhà hiện tại

   B. Công việc kinh doanh của ba Hạnh thuận lợi

   C. Nhà mới được thiết kế theo phong cách của Ý

   D. Không gian sống hiện tại rất trong lành và thoáng đãng

Nam và Hạnh là bạn học. Trong giờ ra chơi tại một lớp học về phát triển bền vững, hai bạn cùng nói chuyện với nhau. Hãy nghe đoạn hội thoại giữa họ.

Hạnh: Chủ đề của buổi học hôm nay thật thú vị. Thầy vừa yêu cầu chúng ta thảo luận về vấn đề năng lượng tái tạo. Cậu nghĩ thế nào, Nam?

Nam: Mình nghĩ đây là một nội dung quan trọng. Năng lượng tái tạo hay còn gọi là năng lượng xanh. Nó được tạo ra từ các nguồn tài nguyên tự nhiên như: gió, mưa, ánh sáng mặt trời hay thủy triều. Nguồn năng lượng này sẽ mang đến những thay đổi tích cực cho cuộc sống của chúng ta.

Hạnh: Mình hoàn toàn đồng ý. Theo mình biết, thủy điện giữ vị trí quan trọng nhất trong ngành điện lực của nước ta. Ngoài ra, chúng ta cũng không thể không nhắc đến vai trò của dầu khí và than đá trong hệ thống năng lượng nhỉ.

Nam: Dầu và than rất quan trọng nhưng sản lượng có hạn. Theo dự báo thì nước ta có khả năng phải đối mặt với vấn đề thiếu hụt năng lượng trong tương lai không xa. Thế nên việc phát triển các nguồn năng lượng mới đang được đặc biệt quan tâm. À, bạn đã bao giờ nghe nói về địa nhiệt chưa?

Hạnh: Mình chưa. Địa là đất, vậy địa nhiệt là nhiệt độ của đất phải không?

Nam: Địa nhiệt là nguồn năng lượng sạch, được tách ra từ nhiệt độ của trái đất. Con người chỉ việc khoan các giếng sâu, sau đó đưa nước xuống, nhiệt độ từ tâm trái đất sẽ làm nước sôi và hơi nước theo ống dẫn làm quay tuabin của máy phát điện. Việc sản xuất địa nhiệt không tạo ra chất thải. Nhà máy địa nhiệt còn có thể hoạt động 24/7 và không chịu ảnh hưởng bởi thời tiết như điện gió hay điện mặt trời.

Hạnh:	Ồ, mình thì đang nghĩ đến việc tắm suối nước nóng. Trời lạnh thế này mà được ngâm mình trong làn nước khoáng nóng thì thật tuyệt. Chỉ tiếc là nguồn khoáng nóng lại tập trung chủ yếu ở vùng Tây Bắc và Nam Trung Bộ.
Nam:	Hạnh vừa đi Phú Quốc về tuần trước, giờ đã thích đi nữa. Thật là… Mà quay lại chủ đề đi. Mình nghĩ nước ta có tiềm năng để phát triển địa nhiệt [4]. Theo thống kê, cả nước có hơn 300 nguồn nước nóng, trong đó 36 nguồn có nhiệt độ cao từ 61 đến 100 độ C. Có điều, trong khi các nước bạn như Indonesia và Philippines đã sản xuất điện địa nhiệt từ rất sớm thì chúng ta chủ yếu mới sử dụng nguồn tài nguyên này vào lĩnh vực du lịch và nông nghiệp.
Hạnh:	Nghe có vẻ đáng tiếc. Dù khai thác nguồn năng lượng mới là điều không dễ dàng nhưng bất kể thế nào Chính phủ cũng cần tận dụng tài nguyên mới phải.
Nam:	Tất nhiên rồi. Ngay từ năm 2010, Chính phủ đã cấp phép xây dựng nhà máy địa nhiệt đầu tiên ở Quảng Trị với công suất 25MW. Mình nghe nói tổng vốn đầu tư lên đến 50 triệu USD [5].
Hạnh:	Để phát triển ngành địa nhiệt có lẽ chúng ta cần đầu tư nhiều hơn thế. Mà cậu biết không, vài năm gần đây năng lượng xanh đang được nhân rộng ở khu đô thị nhà mình. Với tấm pin điện mặt trời trên mái nhà, các hộ gia đình trực tiếp sử dụng điện do chính họ tạo ra.
Nam:	Điều này thật tuyệt. Vậy mỗi tháng nhà bạn có cần trả tiền điện nữa không?
Hạnh:	Mình không rõ nhưng hình như là không phải trả gì cả, còn được nhận tiền ấy. Mà bố mình nói, ngoài tác dụng tạo điện, các tấm pin năng lượng mặt trời còn có tác dụng che mát, chống nóng rất tốt.
Nam:	Vậy là một công đôi việc nhỉ. Mà sử dụng pin mặt trời vừa đúng theo xu hướng kiến trúc xanh và phát triển bền vững.

Hạnh: Ồ, đó cũng chính là chủ đề tiếp theo của buổi học hôm nay. Mấy năm gần đây, bất động sản xanh là từ khóa nóng trên internet đấy. Nó không chỉ thu hút sự quan tâm của nhà đầu tư mà cả những người quan tâm đến địa ốc.

Nam: Tất nhiên rồi. Các dự án xanh luôn lấy môi trường làm trung tâm, thiết kế và xây dựng theo hướng gần gũi với thiên nhiên. Có lẽ những ảnh hưởng xấu từ biến đổi khí hậu đã thay đổi cách chúng ta sống. Mình nghĩ xu hướng kiến trúc này là một mảnh đất đầy triển vọng.

Hạnh: Đúng vậy. Lẽ ra năm ngoái ba mình cũng định đổi nhà sang khu Bằng Lăng của Vinhomes. Khu đó thiết kế theo phong cách của Ý với hơn 60% diện tích là các mảng xanh và mặt nước.

Nam: Vậy sao ba bạn lại thay đổi quyết định?

Hạnh: Một phần vì việc kinh doanh của ba mình không được thuận lợi lắm. Một phần cũng vì mẹ mình thích căn nhà hiện tại nên bà không muốn chuyển.

Nam: Sau này nếu có tiền mình cũng muốn mua một căn theo thiết kế xanh của tập đoàn Vingroup. Chúng ta ai mà không muốn được sống trong một môi trường hiện đại, trong lành, thoáng đãng và ngập tràn sắc xanh chứ.

Hạnh: Chúc cho ước mơ của cậu sớm thành hiện thực nha.

Nam: Mà thôi. Sáng giờ mình còn chưa kịp ăn gì, đang sắp hết năng lượng rồi. Đợi mình nạp năng lượng trước đã, chút vào giờ học nói tiếp nhé.

Hạnh: Vậy cậu mau ăn sáng đi, thầy cũng sắp vào lớp rồi.

đối mặt	面對；面臨	khoan (giếng)	鑽井
khủng hoảng năng lượng	能源危機	máy phát điện	發電機
khí đốt	天然氣	điện gió	風力發電
xăng dầu	汽柴油	điện mặt trời	太陽能
tăng vọt	飆升	suối nước nóng	溫泉
nổi cộm	矚目的；熱議的	ngâm mình	浸泡
bức tranh năng lượng	能源願景	nước khoáng nóng	熱礦泉水
Trưởng Ban Tuyên giáo Trung ương	中央宣教部部長	Tây Bắc	西北
cạn kiệt	耗盡	Nam Trung Bộ	中南部
tỷ lệ thuận	正比的	Phú Quốc	富國島
xung đột	衝突	tận dụng tài nguyên	善用資源
chiến tranh	戰爭	cấp phép	許可
suy cho cùng	終歸	tấm pin điện mặt trời	太陽能板
tranh chấp	爭議	che mát	遮蔭
năng lượng tái tạo	再生能源	chống nóng	隔熱；阻熱
năng lượng xanh	綠色能源	một công đôi việc	一舉兩得
thủy triều	潮汐	vừa đúng (theo)	正好符合
chuyển biến	轉變；改變	kiến trúc xanh	綠建築
thủy điện	水電	từ khóa	關鍵字
ngành điện lực	電力產業	địa ốc	房地產

dầu khí	石油；天然氣	thiết kế	設計
than đá	煤	gần gũi với thiên nhiên	親近大自然
thiếu hụt năng lượng	能源短缺	biến đổi khí hậu	氣候變遷
địa nhiệt	地熱	mảng xanh	綠地
năng lượng sạch	潔淨能源；綠色能源	thoáng đãng	通風的；透氣的

Đọc Hiểu 閱讀理解

1. Dựa vào nội dung hội thoại để trả lời các câu hỏi dưới đây.

1) Theo Nam thì năng lượng xanh được tạo ra từ các nguồn tài nguyên nào?

_____

_____

2) Loại điện nào giữ vị trí quan trọng nhất trong ngành điện lực của Việt Nam?

_____

_____

3) Hãy kể tên các ưu điểm của nhà máy địa nhiệt.

_____

_____

4) Việt Nam có bao nhiêu nguồn khoáng nóng và các nguồn này tập trung chủ yếu ở đâu?

_____

_____

5) Nhà máy địa nhiệt đầu tiên của Việt Nam được xây dựng ở đâu, với công suất bao nhiêu?

_____

_____

6) Điều gì đang được nhân rộng ở khu phố nhà Hạnh?

_____

_____

7) Bất động sản xanh đang thu hút sự quan tâm của ai?

_____

_____

8) Các dự án xanh thường tập trung vào điều gì?

_____

_____

9) Nam muốn mua gì khi có tiền?

_____

_____

2. Dựa vào nội dung hội thoại, hãy thảo luận để hiểu về một số nét văn hóa của người Việt.

1) Tắm suối nước nóng để trị liệu.

2) Giải thích câu thành ngữ: "một công đôi việc".

3) Người Việt coi trọng phong thủy nên kiến trúc nhà ở thường có các mảng xanh và mặt nước.

4) Phân tích hai câu thơ rất quen thuộc với mỗi người dân Việt:

" Khi ta ở, chỉ là nơi đất ở,
Khi ta đi, đất bỗng hóa tâm hồn!"

(Nhà thơ Chế Lan Viên – 1960)

5) Thảo luận về thủy điện và văn hóa sông nước ở Việt Nam và các nước trong khu vực Đông Nam Á.

Luyện Tập Từ Vựng 詞彙練習

1. Theo nội dung hội thoại, tìm từ phù hợp với định nghĩa cho sẵn.

tái tạo	tận dụng	khoan
thủy triều	thoáng đãng	trong lành

1) _____ : sạch và có tác dụng tốt với sức khỏe con người.

2) _____ : (động từ) ① tạo ra lại, làm lại; ② phản ánh lại sự việc sinh động đến mức như thật (đồng nghĩa: tái hiện).

3) _____ : (động từ) sử dụng cho hết mọi khả năng, không để lãng phí.

4) _____ : (danh từ) hiện tượng nước biển hay nước sông dâng lên và hạ xuống theo một chu kỳ nhất định.

5) _____ : (tính từ) thoáng và rộng rãi, tạo cảm giác dễ chịu.

6) _____ : (động từ) ① dùng khoan xoáy vào tạo thành lỗ; ② thong thả không vội, đừng thực hiện ngay việc gì đó.

2. Chọn từ phù hợp điền vào chỗ trống để hoàn thành các câu sau.

1) (   ) Anh ấy được đánh giá là một người nhân từ, luôn _____ giúp đỡ những mảnh đời gặp khó khăn.

    A. tận tâm   B. tận dụng

    C. tận cùng   D. tận hưởng

2) (   ) Tôi thích đi leo núi vào mỗi cuối tuần vì không khí trên núi cao rất _____, nó không chỉ có lợi cho sức khỏe mà còn giúp cải thiện tâm trạng.

    A. trong xanh   B. trong lành

    C. trong trẻo   D. trong sáng

3) (   ) Việc đặt một số cây xanh trong phòng khách ở chung cư cao tầng không chỉ giúp không gian trở nên hài hòa, mà còn tạo không khí _____ cho cả căn nhà.

    A. thoang thoảng   B. thoáng qua

    C. quang đãng   D. thoáng đãng

4) (   ) Nhiều người thích đi tắm biển vào mùa hè nhưng chúng ta không lên tắm khi _____ lên vì nó sẽ tiềm ẩn nhiều nguy hiểm.

    A. thủy sản   B. thủy ngân

    C. thủy triều   D. thủy chung

5) (   ) Nhiều cô gái chọn phương pháp _____ da mặt bằng mặt nạ hóa học với mong muốn loại bỏ các tế bào chết, tạo cảm giác sáng mịn cho làn da.

    A. tái hiện   B. tái tạo

    C. tái xuất   D. tái diễn

6) (   ) Thành phố Hà Nội đang thúc đẩy việc cải thiện môi trường kinh doanh và thu hút nhân tài để biến nơi đây thành _____ màu mỡ cho hoạt động khởi nghiệp.

    A. mảnh đất   B. mảnh vườn

    C. mảnh mai   D. mảnh vỡ

3. Viết thêm các từ liên quan đến các danh mục dưới đây.

Năng lượng tái tạo:

_____

_____

_____

Kiến trúc xanh:

_____

_____

_____

Ngữ Pháp 語法筆記　▶MP3-9.4

---

1. bất kể thế nào / bất cứ thế nào (cũng / đều / vẫn) 「無論如何也（都）／再……還是……」

◉ Đạo đức nghề nghiệp của ngành y yêu cầu bất kể thế nào bác sĩ cũng phải đặt lợi ích của bệnh nhân lên hàng đầu.

醫學界的職業道德要求醫生無論如何都要將病人的利益擺在第一位。

Giải thích 語法說明

– Cấu trúc này được sử dụng khi muốn khẳng định rằng cho dù thế nào đi nữa, dù tốt hay xấu, dù điều kiện có thay đổi thì kết quả vẫn sẽ không đổi. "bất kể / bất cứ" còn có thể kết hợp với các từ để hỏi khác như: bất kể ai, bất kể đâu, bất kể làm gì, bất cứ khi nào, bất cứ chuyện gì,…

– 此句型用於當想要肯定無論事情如何發展、無論結局好壞，或即使條件改變，其結果仍然不會改變時。「bất kể / bất cứ」（無論）也可與以下幾個疑問詞結合成其它問法，如：bất kể ai（無論是誰）、bất kể đâu（無論在哪裡）、bất kể làm gì（無論怎麼做）、bất cứ khi nào（無論何時）、bất cứ chuyện gì（無論什麼事）……

Ví dụ

· Chính phủ đã có một số chính sách để kích cầu nhưng bất kể thế nào thì ngành du lịch vẫn gặp nhiều khó khăn do những ảnh hưởng nghiêm trọng từ dịch bệnh.

· Bất kể thế nào bạn cũng phải có chủ kiến của mình khi giao tiếp nếu không người khác sẽ đánh giá bạn là người ba phải.

· Nhiều người Việt tin vào duyên số. Nếu hai người có duyên thì bất cứ thế nào cũng sẽ gặp, còn nếu không duyên thì bạn đừng nên cưỡng cầu.

· Trong thời đại công nghệ ngày nay, bất cứ chuyện gì vừa xảy ra trên thế giới thì chúng ta đều có thể nhanh chóng biết tin.

2. ngay từ... đã...「早在……就……」

⊙ Ngay từ cuối những năm 80 của thế kỷ trước, Việt Nam đã bắt đầu chính sách cải cách và mở cửa nền kinh tế.

早在上世紀的 80 年代後期，越南就開始實施經濟改革與開放政策了。

Giải thích 語法說明

– Cấu trúc này được sử dụng trong câu có hai mệnh đề. "ngay từ" đứng trước mệnh đề chỉ thời gian trong quá khứ và "đã" nằm ở mệnh đề chính trong câu. "ngay từ" có thể đứng giữa hoặc đứng đầu câu, thường kết hợp với một số từ như: ngay từ đầu, ngay từ cuối, ngay từ khi, ngay từ lần, ngay từ buổi, v.v..

– 本句型用於當一個句子有兩個子句的情況。使用時，「ngay từ」（早在）置於表示過去時間的子句之前，而「đã」（就已經）放在主要子句之中。「ngay từ」可以置於句中或是句首，通常會與某些詞搭配，如 ngay từ đầu（早在……初）、ngay từ cuối（早在……底／末）、ngay từ khi（早在……時）、ngay từ lần（早在第……次）、ngay từ buổi（早在某段期間）等。

Ví dụ

· Ngay từ cuối những năm 1990, các công ty đa quốc gia đã đầu tư và có văn phòng tại Việt Nam, sẵn sàng phát triển thị trường này.

· Trong cuộc trả lời phỏng vấn, nhạc sĩ Văn Cao cho biết ngay từ đầu những năm 1940, ông đã đưa một số tác phẩm văn học vào các ca khúc trữ tình của mình.

· Ngay từ đầu tôi đã biết anh ấy là người tốt.

· _____

· _____

3. "không… cả" và " chưa… cả" 「一點都不 / 一（量詞）……都沒有」

⦿ Từ khi quen anh ấy đến nay, tôi chưa thấy anh ấy đến trễ bao giờ cả.

自從我認識他到現在，他一次都沒有遲到過。

Giải thích 語法說明

– Cấu trúc này được dùng trong câu phủ định để nhấn mạnh ý phủ định hoàn toàn. Nó thường kết hợp với các từ để hỏi khác như: gì, ai, nào,... mang nghĩa như "not any… at all" trong tiếng Anh. Chú ý trong văn nói, người nói còn dùng cấu trúc "không… không… cả" với nghĩa khẳng định "tất cả đều". Đặc biệt, câu "không có gì phải cảm ơn cả" được sử dụng như một cách trả lời lịch sự khi nhận được bày tỏ cảm kích hoặc cảm ơn từ người khác.

– 本句型使用在否定句中，用來強調完全否定。常與「gì, ai, nào,...」（什麼、誰、哪裡 / 任何）等疑問詞搭配，意思與英文的「not any … at all」相近。在口語中，還會使用「không… không… cả」（沒有……不）來表達「tất cả đều」（全部都）的肯定意義。特別要注意，「không có gì phải cảm ơn cả」（沒什麼好謝的 / 不用謝）為禮貌性的回覆，用於回應他人對我們傳達感激之意時。

Ví dụ

· Tôi đã nói với bạn là tôi không biết gì cả. Xin bạn đừng làm phiền tôi nữa.

· Bạn ấy nói với tôi rằng bạn ấy chưa quen ai ở thành phố này cả.

· Những món ăn mà bạn giới thiệu cho tôi tại quán đó không món nào là không ngon cả.

· Tin vui về việc cô ấy thắng cử và trở thành Chủ tịch của thành phố Hải Phòng, cả xóm không ai là không biết cả.

4. lẽ ra, đáng ra 「照理 / 應當 / 本來」

⊙ Lẽ ra tôi đã đi Việt Nam làm sinh viên trao đổi nhưng vì dịch bệnh nên kế hoạch phải thay đổi.

照理我已經去越南當交換學生了，但因為疫情，計畫不得不改變。

Giải thích 語法說明

– Cách nói này dùng để biểu thị sự nuối tiếc về một kế hoạch định làm hoặc phải làm nhưng vì lý do nào đó mà không thực hiện được. Ngoài ra, nó còn được dùng trong các lời khuyên, mang ý một việc nào đó nên như thế này chứ không phải thế kia.

– 此句型用於表達某個已計畫好或必須做的事，卻由於某個理由，而無法實踐之遺憾。另外，也可用於建議某件事應當如此，而非其他狀況。

Ví dụ

· Đáng ra hôm nay chúng tôi đang ở Hoa Liên chơi, nhưng vì dự báo sẽ có một trận bão vào đêm nay nên chúng tôi chuyển kế hoạch sang tuần sau.

· Lẽ ra bạn không nên nói dối cô giáo rằng bạn đi tiêm vắc xin nên người không thoải mái.

· Đáng ra chị nên trao đổi với tôi về vấn đề nhân sự này trước để tôi nói đỡ cho chị trong buổi họp thì kết quả có lẽ đã khác.

· _____

_____

· _____

_____

· _____

_____

Luyện Nói 口語練習

1. **Hãy dùng các mẫu câu ở phần ngữ pháp để tiến hành thảo luận nhóm.**

   Lần thứ nhất: Hai sinh viên tạo thành một nhóm, cùng thảo luận. Mỗi sinh viên chọn một chủ đề mà bạn có thể thảo luận ngay và bắt đầu hội thoại.

   Lần thứ hai: Thay đổi thành viên giữa các nhóm và tiếp tục thảo luận về chủ đề đó.

   Chủ đề tham khảo:

   Chủ đề 1: Năng lượng hóa thạch

   - Năng lượng hóa thạch đang dần cạn kiệt

   - Vấn đề trong khai thác, xử lý và phân phối

   - Sử dụng năng lượng hóa thạch có tác động tiêu cực đến môi trường và sức khỏe con người

   - Vai trò quan trọng trong sự phát triển của các ngành công nghiệp

   - Ảnh hưởng đến kinh tế và chính trị toàn cầu

Chủ đề 2: Kiến trúc xanh

- Ứng phó với biến đổi khí hậu

- Giảm lượng khí thải nhà kính

- Giảm thiểu và tiết kiệm năng lượng

- Tạo môi trường sống trong sạch

- Tốt cho sức khỏe con người

- Hòa nhập với môi trường tự nhiên

2. **Trình bày suy nghĩ của bạn về vấn đề tiết kiệm năng lượng và phát triển bền vững. (Thời gian chuẩn bị là 2 phút và có 3 phút để nói.)**

3. Làm quen và tạo một hội thoại ngắn với các từ liên quan đến năng lượng.

giếng dầu	油井	dòng điện	電流
giàn khoan	石油平台	điện trở	電阻器
mỏ khí	天然氣井	máy biến áp	變壓器
mỏ than	煤礦	vật cách điện	絕緣體
hầm than	煤坑	tiêu thụ năng lượng	能源消耗
đập nước	水壩；水庫	nhu cầu năng lượng	能源需求
xăng	汽油	ống khói	煙囪
dầu	柴油	khí thải	排氣
khí đốt	煤氣	cặn bã nhiên liệu	燃料殘渣
cối xay gió	風車；風力發電機	xỉ than	爐渣
nhà máy điện	發電廠	mức độ ô nhiễm	汙染指數
năng lượng hạt nhân	核能	công nghệ tiết kiệm năng lượng	節能技術
năng lượng nguyên tử	原子能	giao thông xanh	綠色運輸
lò phản ứng hạt nhân	核子反應爐	phương tiện xanh	綠色運輸工具
nhiên liệu hạt nhân	核燃料	xe điện	電動車
dây điện	電線	ắc quy xe điện	電動車電池
cột điện	電線桿	kinh tế xanh	綠色經濟

Luyện Viết 寫作練習

1. Đặt câu với những từ và ngữ pháp cho sẵn.

1) năng lượng xanh: _____

_____

2) điện gió: _____

_____

3) chống nóng: _____

_____

4) thiết kế: _____

_____

5) thoáng đãng: _____

_____

6) bất kể thế nào…: _____

_____

7) đáng ra: _____

_____

2. Viết và thảo luận

1) Sưu tầm một video (5-10 phút) trên mạng về năng lượng tái tạo. Hãy đưa ra nhận xét và ý kiến cá nhân.

2) Hãy viết một bài văn ngắn có ít nhất 150 từ dựa trên các từ được gợi ý sau:

nhiệt điện, điện hạt nhân, năng lượng, giải quyết, tiết kiệm, tái tạo

Ca Dao và Tục Ngữ Thường Dùng 常用的歌謠與俗語 ▶MP3-9.5

1. "Đất lành chim đậu – 風水寶地"

Câu tục ngữ mang nghĩa những vùng đất tốt, bình yên thì chim chọn để làm tổ, trú ẩn. Con người cũng vậy, chúng ta có xu hướng tìm đến những nơi có điều kiện thuận lợi, nhiều tài nguyên để sinh sống. Trong các mối quan hệ, ai cũng muốn sống bên những người tử tế, người yêu thương mình và tránh những người có thể làm mình tổn thương.

2. "Gần mực thì đen, gần đèn thì rạng – 近朱者赤，近墨者黑"

Câu tục ngữ mang nghĩa gần mực hoặc dùng mực không khéo sẽ bị vấy bẩn, còn gần ánh đèn thì sẽ được chiếu sáng. Câu nói hàm ý con người chịu sự tác động từ môi trường, những ai sống trong môi trường tốt, tiếp xúc với người có lối sống tốt thì dễ học được điều hay mà ngày một tốt lên. Ngược lại, những người sống trong môi trường không tốt có thể bị tác động mà trở nên xấu đi. Bởi vậy, làm người cần chọn bạn mà chơi, chọn nơi để sống.

Tài Liệu Tham Khảo 参考資料

[1] Minh Đức (2021). Cần nhiều giải pháp nhằm tránh khủng hoảng năng lượng. Báo Quân đội nhân dân.

https://www.qdnd.vn/kinh-te/cac-van-de/can-nhieu-giai-phap-nham-tranh-khung-hoang-nang-luong-676537

[2] Ban Tuyên giáo Trung ương (2012). Vai trò của năng lượng trong phát triển kinh tế bền vững. Báo điện tử Đảng Cộng sản Việt Nam.

https://dangcongsan.vn/kinh-te/vai-tro-cua-nang-luong-trong-phat-trien-kinh-te-ben-vung-127741.html

[3] Gia Hưng (2020). Khai thác, sử dụng hiệu quả các nguồn năng lượng tái tạo. Báo điện tử Đảng Cộng sản Việt Nam.

https://dangcongsan.vn/khoa-hoc-va-cong-nghe-voi-su-nghiep-cong-nghiep-hoa-hien-dai-hoa-dat-nuoc/diem-nhan-khoa-hoc-va-cong-nghe/khai-thac-su-dung-hieu-qua-cac-nguon-nang-luong-tai-tao-564429.html

[4] Đoàn Văn Tuyến (2012). Tiềm năng và giải pháp khai thác địa nhiệt cho phát triển năng lượng sạch tái tạo ở Việt Nam. Viện Hàn lâm Khoa học và Công nghệ Việt Nam.

https://vast.gov.vn/tin-chi-tiet/-/chi-tiet/tiem-nang-va-giai-phap-khai-thac-%C4%91ia-nhiet-cho-phat-trien-nang-luong-sach-tai-tao-o-viet-nam-2--2894-463.html

[5] Minh Huệ (2012). Cấp phép xây dựng nhà máy điện địa nhiệt đầu tiên tại Việt Nam. Báo Điện tử Chính phủ.

https://baochinhphu.vn/cap-phep-xay-dung-nha-may-dien-dia-nhiet-dau-tien-tai-viet-nam-102131422.htm

Bài 10

Phong tục tập quán

風俗習慣

Phong tục và tập quán là những nếp sinh hoạt của con người được tạo lập, thừa nhận và trao truyền qua các thế hệ. Trải qua hàng nghìn năm lịch sử, các phong tục và tập quán ở Việt Nam vô cùng đa dạng, là bộ phận sinh động và phong phú nhất của văn

hóa truyền thống [1]. Mỗi vùng miền, mỗi dân tộc đều có những phong tục và tập quán sinh hoạt riêng. Đặc sắc nhất là những phong tục trong cưới hỏi, ma chay, lễ hội, hay phong tục trong giao tiếp [2] như "lời chào cao hơn mâm cỗ", "tục bán mở hàng", "miếng trầu là đầu câu chuyện", "đạo thầy trò", "tục xin chữ", "chúc tết", "lì xì đầu năm", v.v.. Phong tục tạo nên nét văn hóa đặc trưng của một quốc gia, vì vậy chúng ta hãy sống đúng với phong tục của dân tộc mình, luôn tin vào những giá trị tốt đẹp, để những giá trị ấy được lưu giữ và trường tồn đến muôn đời sau.

1. Theo bạn, phong tục và tập quán là gì?

_____

_____

2. Hãy chia sẻ về các phong tục và tập quán độc đáo mà bạn biết.

_____

_____

3. Phong tục trong các lễ hội chứa đựng nhiều yếu tố văn hóa của vùng miền. Bạn đã tham dự lễ hội nào ở Việt Nam chưa? Hãy kể tên.

_____

_____

1. Chọn Đúng (Đ) hoặc Sai (S) theo nội dung hội thoại.

1) （　　） Tuy lời thoại trong phim không quá phức tạp nhưng Yến vẫn chưa hiểu được cốt truyện.

2) （　　） Bộ phim mà họ xem có đạt một số giải thưởng ở liên hoan phim trong nước và quốc tế.

3) （　　） Bộ phim không chỉ mang đến nhiều cung bậc cảm xúc cho người xem mà còn lồng ghép những nét đẹp của văn hóa truyền thống.

4) （　　） Giới trẻ ngày nay thường xem phim trên các nền tảng trực tuyến.

5) （　　） Đất nước Việt Nam có 35 dân tộc và mỗi dân tộc đều có những phong tục, tập quán riêng.

6) （　　） Lễ hội Cầu Ngư và Lam Kinh là những lễ hội truyền thống của miền Bắc.

7) （　　） Cô Hằng cảm thấy một số tập tục xưa đã không còn phù hợp trong xã hội ngày nay.

8) （　　） Vẻ đẹp trong trang phục, món ăn, cách thờ cúng,… là những thứ mang đậm ý nghĩa văn hóa truyền thống.

9) （　　） Cuối tuần Yến không đi chợ tình Sapa vì có kế hoạch đi chơi với bạn.

10) （　　） Yến có hẹn với vài người bạn nên xin phép cô chú không ăn tối ở nhà.

2. Chọn đáp án đúng nhất theo nội dung hội thoại.

1) (   ) Điểm nổi bật về bộ phim mà gia đình họ xem:

   A. Bộ phim đạt được một số giải thưởng trong liên hoan phim

   B. Bộ phim dựa trên bối cảnh làng quê ở miền Trung

   C. Bộ phim có lồng ghép những nét đẹp của văn hóa truyền thống

   D. Tất cả các đáp án trên

2) (   ) Người chú có cảm nhận gì về bộ phim:

   A. Bộ phim đã chạm đến nỗi đau của khán giả

   B. Bộ phim đã chạm đến được trái tim của khán giả

   C. Bộ phim đã phản ánh được thực tế xã hội

   D. Tất cả các đáp án trên

3) (   ) Câu nói "con cóc là cậu ông Trời" được bắt nguồn từ đâu?

   A. Từ một câu ca dao

   B. Từ một câu chuyện cổ tích

   C. Từ một câu chuyện dân gian

   D. Từ một câu đồng dao

4) (   ) Theo cô Hằng, văn hóa vùng miền được thể hiện qua những gì?

   A. Ẩm thực

   B. Âm nhạc

   C. Trang phục

   D. Tất cả các đáp án trên

5) (   ) Gia đình họ định khi nào sẽ đi Sapa?

   A. Cuối tuần này

   B. Cuối tuần sau

   C. Cuối tháng này

   D. Cuối tháng sau

Hải Yến là người Việt nhưng sống ở Đài Loan từ nhỏ. Nghỉ hè, Hải Yến về Hà Nội chơi hai tuần ở nhà cô Hằng – em gái của bố. Sau bữa trưa, Hải Yến và cô chú cùng xem một bộ phim và nói chuyện rất vui vẻ. Hãy nghe đoạn hội thoại giữa họ.

Chú Hòa: Yến thấy bộ phim này thế nào, xem có hiểu không?

Hải Yến: Dạ, lời thoại trong phim không quá phức tạp. Cháu không dám nói hiểu từng câu chữ, nhưng cốt truyện thì cháu hiểu ạ. Bộ phim này được quay khi nào vậy chú?

Chú Hòa: Chú cũng không rõ, chỉ biết là bộ phim này có đạt một số giải thưởng trong liên hoan phim của Việt Nam và quốc tế. Phim được quay dựa trên bối cảnh làng quê ở miền Trung Việt Nam những năm 80 của thế kỷ trước.

Cô Hằng: Cô nhớ bộ phim này được khán giả đón nhận nồng nhiệt ngay khi ra mắt.

Hải Yến: Vâng. Cháu rất ấn tượng với những cảnh quay đẹp trong phim. Bộ phim không chỉ mang đến nhiều cung bậc cảm xúc cho người xem mà còn lồng ghép nhiều nét đẹp của văn hóa truyền thống. Bên cạnh những tiếng cười sảng khoái, cháu thấy cô còn rơm rớm nước mắt khi xem một số cảnh phim về tục xông nhà đầu năm.

Chú Hòa: Cô của cháu thật là người đa sầu đa cảm. Mà chú hoàn toàn đồng ý với cháu rằng bộ phim đã chạm đến được trái tim của khán giả. Tuy giới trẻ ngày nay thường xem phim trên các nền tảng trực tuyến như Netflix, Danet, Galaxy Play và Apple TV nhưng bộ phim này vẫn rất ăn khách khi ra rạp.

Hải Yến: À cháu nghe cậu bé – nhân vật chính trong phim có nói: "con cóc là cậu ông Trời". Cháu không hiểu lắm. Tại sao con cóc lại là cậu của ông Trời vậy chú?

Chú Hòa:	Ồ nó bắt nguồn từ một câu chuyện dân gian. Chuyện kể rằng ngày xửa ngày xưa, con cóc tuy bé nhỏ, da dẻ sần sùi nhưng nổi tiếng giữa muôn loài vì rất gan dạ. Vào một năm nọ, trời hạn hán khủng khiếp. Nắng nóng kéo dài thiêu cháy cây cối, cạn cả sông hồ. Muôn loài không còn nước để uống, chỉ đành nằm chờ chết. Thật may có cóc tía to gan. Anh tính chuyện lên thiên đình kiện Trời, xin mưa cứu muôn loài [3]. Vượt qua bao khó khăn cuối cùng anh cóc đã thành công. Ngọc Hoàng còn dặn chỉ cần nghe thấy cóc nghiến răng là Trời sẽ làm mưa. Từ đó, trong dân gian có câu đồng dao:

"Con cóc là cậu ông Trời,

Ai mà đánh nó thì Trời đánh cho."

Hải Yến:	Dạ câu chuyện thật thú vị ạ.
Cô Hằng:	Yến biết không, ngày nay "gan cóc tía" còn dùng để chỉ những người có hành động gan dạ và dũng cảm đó. Xét ở một khía cạnh nhất định, Cô ủng hộ việc dùng phim ảnh để quảng bá văn hóa vùng miền. Văn hóa ở đây không chỉ là ẩm thực, di tích lịch sử, mà cả nét văn hóa được truyền tải qua âm nhạc và trang phục.
Chú Hòa:	Đúng vậy cháu ạ. Đất nước ta có 54 dân tộc anh em và mỗi dân tộc đều có những phong tục độc đáo, rất riêng. Nó thể hiện qua các lễ hội truyền thống như Lễ hội Chùa Hương, Hội Lim, Chọi Trâu ở miền Bắc; Lễ hội Cầu Ngư, Lễ hội Lam Kinh ở miền Trung; Lễ hội Cồng Chiêng và Lễ hội Đâm Trâu ở vùng Tây Nguyên và Đông Nam Bộ [4].
Hải Yến:	Cháu cũng từng nghe đến lễ hội Đâm Trâu. Cháu biết đây là phong tục nhưng cháu e rằng cháu không thể ủng hộ việc đưa lễ hội này vào phim ảnh. Vì cháu nghĩ lễ hội này quá tàn bạo.

Cô Hằng:	Cô rất tán thành với cách nghĩ của cháu. Cô nghĩ phim ảnh cần phải truyền tải về những giá trị chân – thiện – mỹ. Cô cũng cảm thấy một số tập tục xưa đã không còn phù hợp như tục tảo hôn hay tục ngủ thăm của người Thái, người Mông và người Dao.
Chú Hòa:	Phong tục tập quán của đồng bào dân tộc thiểu số quả là một đề tài vô tận, đáng để chúng ta tìm hiểu. Những vẻ đẹp trong trang phục, trong món ăn, cách thờ cúng, cách tổ chức cưới hỏi hay ma chay là những thứ mang đậm ý nghĩa văn hoá truyền thống.
Cô Hằng:	Nếu cuối tuần sau cháu rảnh thì cả nhà mình đi chợ tình Sapa. Cháu sẽ được mắt thấy tai nghe nhiều phong tục tập quán của đồng bào dân tộc nơi này.
Hải Yến:	Dạ tuyệt (vời) quá! Cháu chưa có kế hoạch gì ạ. Cháu cũng cảm ơn cô chú về những món ăn ngon và cả về bộ phim nữa.
Chú Hòa:	Chẳng mấy khi cháu về chơi, với lại người nhà cả nên cháu không cần khách sáo.
Hải Yến:	À cháu xin phép, hôm nay cháu có hẹn với vài người bạn nên không ăn tối ở nhà ạ.
Cô Hằng:	Không vấn đề gì. Trời lạnh, cháu ra ngoài nhớ mặc ấm và mang theo chìa khóa cửa nhé.
Hải Yến:	Vâng. Cháu nhớ rồi. Cháu xin phép về phòng chuẩn bị ạ.
Chú Hòa:	Chúc cháu đi chơi vui vẻ!

Từ Mới 生詞　▶MP3-10.3

nếp sinh hoạt	生活作息	Lễ hội Cầu Ngư	求魚節
tạo lập	建立	Lễ hội Đâm Trâu	刺牛節
thừa nhận	承認	tàn bạo	殘暴
trao truyền	傳承	tập tục	習俗
thế hệ	世代	tục tảo hôn	早婚習俗
sinh động	生動；鮮活	khách sáo	客氣的；客套的
đặc sắc	獨特	đồng dao	童謠；兒歌
cưới hỏi	婚嫁	nghiến răng	咬牙
ma chay	喪葬	nhân vật chính	主人公；主角
mâm cỗ	供品	khủng khiếp	（情況）嚴重的；不得了
miếng trầu	檳榔	dân gian	民間
trường tồn	長存	da dẻ	皮膚
cốt truyện	故事大意	sần sùi	粗糙的
Liên hoan phim	影展	muôn loài	萬物
quay	拍攝	kiện (cóc kiện Trời)	申訴（蟾蜍向上天申訴）
giải thưởng	獎；獎項	Ngọc Hoàng	玉皇大帝
rơm rớm	淚汪汪	thiêu cháy	點燃；燃燒
cảnh phim	電影場景	thiên đình	天宮
cung bậc cảm xúc	情緒起伏	gan cóc tía	一身是膽
ăn khách	叫座	Chùa Hương	香山寺
ra rạp	上映	Hội Lim	林廟會
sảng khoái	爽快的；快意的	Lễ hội Lam Kinh	藍京廟會

đa sầu đa cảm	多愁善感；感情豐富	Lễ hội Cồng Chiêng	（西原）鑼鉦文化節
nền tảng trực tuyến	線上平台	Tây Nguyên	西原
gan dạ	大膽；無畏	tục ngủ thăm	試婚習俗
con cóc	蟾蜍	vô tận	無盡的
truyền tải	傳達	mắt thấy tai nghe	耳聞目睹
chọi trâu	鬥牛	xin phép	（禮貌地）請求許可

Đọc Hiểu 閱讀理解

1. Dựa vào nội dung hội thoại để trả lời các câu hỏi dưới đây.

1) Hải Yến có hiểu nội dung của bộ phim mà cô vừa xem không?

_____

_____

2) Cụm từ "gan cóc tía" dùng để chỉ những người như thế nào?

_____

_____

3) Việt Nam có bao nhiêu dân tộc? Phong tục của các dân tộc có giống nhau không?

_____

_____

4) Hãy kể tên một vài lễ hội truyền thống được nhắc đến trong nội dung hội thoại.

_____

_____

5) Theo cô Hằng thì phim ảnh cần truyền tải những giá trị gì?

_____

_____

6) Qua cách nhìn của người chú thì vẻ đẹp của văn hóa truyền thống được biểu hiện qua điều gì?

_____

_____

2. Dựa vào nội dung hội thoại, hãy thảo luận để hiểu thêm về một số nét văn hóa của người Việt.

1) Tục xông nhà đầu năm mới.

2) Chuyện dân gian được dùng để giải thích cho các hiện tượng tự nhiên. Ví dụ: Cóc kiện Trời; Sơn Tinh, Thủy Tinh; sự tích trầu cau; sự tích chú Cuội; v.v..

3) Mùa xuân là mùa của lễ hội.

4) Chợ tình Sapa – nơi sinh hoạt văn hóa của đồng bào người Dao.

5) Tục tảo hôn và tục ngủ thăm của một số đồng bào dân tộc thiểu số.

6) Thảo luận đôi điều về phép lịch sự khi làm khách.

Một số hình ảnh trong lễ hội ở Tây Nguyên

Luyện Tập Từ Vựng 詞彙練習

1. Theo nội dung hội thoại, tìm từ phù hợp với định nghĩa cho sẵn.

rơm rớm	gan dạ	da dẻ	truyền tải
ăn khách	tàn bạo	sảng khoái	khủng khiếp

1) _____ : (động từ) truyền qua, truyền đi bằng phương tiện nào đó.

2) _____ : (tính từ) độc ác và hung bạo, đồng nghĩa với từ "tàn ác".

3) _____ : (động từ) hơi ứa ra (nước mắt); rớm ra chút ít trên bề mặt.

4) _____ : bán được nhiều vì có nhiều người ưa chuộng, đồng nghĩa với từ "bán chạy".

5) _____ : (tính từ) có tinh thần không lùi bước trước nguy hiểm, không sợ nguy hiểm.

6) _____ : vẻ bề ngoài của da người (nói khái quát).

7) _____ : (tính từ) có cảm giác dễ chịu, thoải mái về tinh thần, thấy tỉnh táo và sáng suốt.

8) _____ : (tính từ) quá hoảng sợ, tới mức dường như không chịu đựng được, đồng nghĩa với từ "kinh khủng".

2. Chọn từ phù hợp để điền vào chỗ trống.

1) (　　) Bộ phim điện ảnh hài chính kịch "Bố già" của nghệ sĩ Trấn Thành được thống kê từng rất _____ ở Mỹ những năm 2021.

    A. ăn mặc   B. ăn bám

    C. ăn khách   D. ăn năn

2) (　　) Khi tâm sự với tôi về chuyện quá khứ, khuôn mặt xinh đẹp của cô ấy đượm buồn và còn _____ nước mắt.

    A. rơm rớm   B. róc rách

    C. ngập tràn   D. rơm rạ

3) (　　) Anh Tuấn là một chiến sĩ công an rất _____. Anh ấy đã đuổi theo và truy bắt tới cùng một nhóm trộm gỗ quý tại rừng quốc gia Cúc Phương.

    A. gan xào   B. gan dạ

    C. xơ gan   D. gan cóc tía

4) (　　) Theo quảng cáo thì loại nước uống tăng lực mới này không chỉ ngon miệng mà còn mang đến một sự _____ đặc biệt cho người dùng.

    A. mê hồn   B. khoái khẩu

    C. mê sảng   D. sảng khoái

5) (　　) Làm thế nào để _____ thông điệp đến khách hàng mục tiêu một cách nhanh chóng và hiệu quả luôn là một câu hỏi khó đối với người làm kinh doanh.

    A. truyền tin   B. truyền giáo

    C. truyền tải   D. truyền dẫn

6) (　　) Từ bữa đổ bệnh tới giờ, chị ấy không ăn uống được gì nên _____ nhìn xanh xao quá.

    A. da dẻ   B. da cam

    C. da dê   D. da bánh mật

3. Viết thêm từ liên quan đến các danh mục dưới đây.

Phong tục truyền thống: _____

_____

_____

_____

Tập quán đặc biệt: _____

_____

_____

_____

Nhà Rông được dùng làm nơi tổ chức lễ hội, họp làng của người dân tộc thiểu số

1. Cách nói để bày tỏ sự ủng hộ 「表達支持與認同時的說法」

⊙ Chú hoàn toàn đồng ý với cháu rằng bộ phim này đã chạm đến được trái tim của khán giả.

我完全認同你所說的，這部電影觸動了觀看者的心。

Giải thích 語法說明

– Có rất nhiều cách để bạn thể hiện sự ủng hộ hoàn toàn hay một phần với ý kiến hoặc đề xuất của người khác. Mời bạn tham khảo các cách nói dưới đây và hãy chú ý rằng các câu nói này đôi khi sẽ đi kèm với cấu trúc "tuy nhiên, có một điều… / có điều…" để thể hiện một vài gợi ý nhỏ.

– 有很多方法可以用來表達完全或部分支持別人的意見或提議。請參考以下的用法，並注意這些句子有時會與「tuy nhiên, có một điều… / có điều…」（不過……，有一件事……）搭配使用，來表達一些小建議。

1. Tôi hoàn toàn ủng hộ…

   我完全支持……

2. Tôi ủng hộ 100% về…

   我百分之百支持……

3. Tôi bày tỏ sự ủng hộ hoàn toàn của mình về…

   我想表示我對……完全支持。

4. Tôi hoàn toàn đồng ý với...

   我完全認同……

5. Tôi rất tán thành…

   我很贊成……

6. Tôi ủng hộ…

   我支持……

7. Tôi chắc chắn sẽ ủng hộ / tán thành...

我一定會支持／贊成……

8. Tôi không phản đối điều đó.

我不反對此事。

9. Tôi không hề phản đối việc..., nhưng...

我並不反對……，但……

10. Tôi ủng hộ việc..., nhưng tôi tự hỏi ...

我支持……，但我想知道……

11. Xét ở một khía cạnh nhất định, tôi ủng hộ...

就某方面來說，我支持……

12. Ban đầu tôi tán thành quan điểm của bạn, nhưng...

首先我贊成你的觀點，但……

Ví dụ

· Xét ở một khía cạnh nhất định, cô ủng hộ việc dùng phim ảnh để quảng bá văn hóa của các vùng miền.

· Tôi ủng hộ việc tuyển dụng lao động nước ngoài trực tiếp không qua môi giới, nhưng tôi tự hỏi liệu doanh nghiệp có đủ thời gian, năng lực về ngoại ngữ và chuyên môn trong tuyển dụng không?

· _____

_____

· _____

_____

· _____

_____

· _____

_____

2. Cách nói để bày tỏ sự phản đối「表達反對時的說法」

⦿ Trong cuộc sống, thất bại là điều không thể tránh khỏi. Nhưng thành thật mà nói, tôi không thể chấp nhận việc thất bại nhanh chóng dưới tay một vận động viên không chuyên như vậy.

在生活中，失敗是一件無法避免的事。但說實話，我沒辦法接受我那麼快就敗在一個這麼業餘的運動選手下。

– Trong giao tiếp, khi bạn không đồng ý với một ý kiến hay đề xuất nào đó, cách nói của bạn có đủ mạnh? Liệu sự phản đối của bạn có quá trực tiếp khiến người nghe tổn thương? Hãy thận trọng với các mẫu câu thể hiện sự phản đối hoàn toàn (mẫu câu 1, 2 và 3) được đưa ra dưới đây.

– 在與人溝通時，當你不認同某個意見或是建議時，你的說法是否有足夠力量？你的反對是否太過直接，讓聽者感到受傷？以下為表達反對的例句，其中 1 ～ 3 為完全反對，請慎重使用。

1. Tôi hoàn toàn phản đối điều này.

   我完全反對這件事。

2. Tôi không thể đồng ý với…

   我不能認同……

3. Thành thật mà nói, tôi không thể chấp nhận…

   說實話，我不能接受……

4. Tôi cho rằng chúng ta cần xem lại ý kiến này.

   我認為我們要重新審視這個意見。

5. Tôi e rằng tôi không thể ủng hộ…

   我恐怕不能支持……

6. Tôi chưa thể đồng ý…

   我還不能同意……

7. Tôi sẽ không ủng hộ…, nếu…

   如果……我不會支持……

8. Về mặt nào đó, đây có vẻ là một ý kiến khá hay, nhưng...

   某方面來說，這可能是不錯的意見，但……

9. Tôi nghi ngờ về tính khả thi của…

   我懷疑……的可行性。

10. Tôi nghĩ rằng đề xuất này chưa thực sự hợp lý.

    我覺得這個建議不完全合理。

Ví dụ

· Cháu cũng từng nghe đến lễ hội Đâm Trâu. Cháu biết đây là phong tục nhưng cháu e rằng cháu không thể ủng hộ việc đưa lễ hội này vào phim ảnh. Vì cháu nghĩ nó quá tàn bạo.

· Nhiều người đề xuất việc không nên cộng điểm ưu tiên xét tuyển vào đại học theo khu vực. Tôi nghĩ rằng đề xuất này chưa thực sự hợp lý bởi khi còn có sự chênh lệch về điều kiện học tập giữa các vùng miền thì chính sách ưu tiên vẫn cần thiết để đảm bảo công bằng xã hội.

· _____

  _____

· _____

  _____

· _____

  _____

· _____

  _____

· _____

  _____

3. Cách nói "không" trong tiếng Việt 越語中「không」的用法

⊙ Em hổng thực sự hiểu về tục "xông nhà" của người Việt vào ngày mùng một Tết.

我不太懂越南人在大年初一「入家」的習俗。

<table>
<tr><td>Giải thích
語法說明</td><td>

– Cách nói phủ định trong tiếng Việt rất đa dạng. Bạn có thể tham khảo một số từ thường dùng như: không, chẳng, chớ, hông, hổng và hỏng. Ví dụ: nhớ về sớm nghe hông, hổng biết, hỏng chơi, hông thèm, hỏng có,...

– 越語的否定很多樣，可以參考以下常用的詞彙，像是：「không」、「chẳng」、「chớ」、「hông」、「hổng」和「hỏng」。常見用法，例如：「nhớ về sớm nghe hông」（記得早點回來聽到了嗎）、「hổng biết」（不知道）、「hỏng chơi」（不玩）、「hông thèm」（不稀罕）、「hỏng có」（沒有）……）

– Trong cách nói thông tục, một số người dùng "cóc" và "đếch" để biểu thị ý phủ định dứt khoát. Tuy nhiên, bạn nên hạn chế dùng các từ thiếu nhã nhặn này để tránh bị đánh giá là thô tục.

– 在通俗用法中，有些人會使用「cóc」和「đếch」來表示堅決的否定，但是建議儘量減少使用這些較缺乏禮貌的詞語，避免被人認為粗俗。
</td></tr>
</table>

<table>
<tr><td>Ví dụ</td><td>

· A: Em có hiểu câu: "trăm nghe không bằng một thấy" không?

   B: Em hổng có hiểu.

· Cô Linh có nụ cười tươi như hoa nên ai gặp mà hông thích cô ấy cơ chứ.

· _____

  _____

· _____

  _____
</td></tr>
</table>

Luyện Nói 口語練習

1. **Hãy dùng các mẫu câu ở phần ngữ pháp để tiến hành thảo luận nhóm.**

   Lần thứ nhất: Sinh viên tự chọn một chủ đề hoặc tham khảo các chủ đề dưới đây và làm việc theo nhóm. Một sinh viên đưa ra đề xuất, các sinh viên khác đưa ra sự phản đối hoặc đồng ý. Sau đó thay đổi vai trò giữa các thành viên trong nhóm.

   Chủ đề tham khảo:

   1) Quan niệm sinh con trai để nối dõi tông đường.

   2) Không nên làm chuyện đại sự vào tháng Bảy âm lịch.

   3) Không quét nhà vào ngày đầu năm mới.

   4) Cấm hút thuốc ở nơi công cộng.

   5) Cho phép người dân tự chọn việc thắt dây an toàn hay không.

   6) Cấm quảng cáo thuốc lá.

   7) Cấm hình ảnh bạo lực trên truyền hình.

   8) Tăng tốc độ giới hạn trên đường cao tốc lên 130 km/giờ.

   9) Tăng thời gian nghĩa vụ quân sự.

   _____

   _____

   _____

   _____

   _____

   _____

Lần thứ hai: Thay đổi thành viên giữa các nhóm và tiếp tục thảo luận về chủ đề đó. Hãy chú ý đến việc quan trọng là thực hành ngôn ngữ hơn là lo lắng nhiều về nội dung của cuộc thảo luận.

Cảnh đánh cá vào mùa nước nổi ở An Giang – đồng bằng sông Cửu Long

2. Thảo luận mở rộng về văn hóa

- Từ chủ đề về phong tục tập quán, bạn có nghĩ văn hóa và phong tục là những điều ảnh hưởng đến hành vi của một người?

- Bạn có thấy văn hóa nào đó rất lạ ở Việt Nam?

- Có điều gì đặc biệt về văn hóa khác mà bạn chưa thể hiểu không? Hãy chia sẻ.

_____

_____

_____

_____

3. **Làm quen thêm các từ liên quan đến lễ hội và ngày lễ đặc biệt ở Việt Nam.**

Tết Nguyên đán	過年；春節	Lễ hội bánh dân gian Nam bộ	南部民間糕餅節
Tết Thanh Minh	清明節	Lễ Vu lan	盂蘭節
Tết Đoan Ngọ	端午節	Lễ ăn cơm mới	新米節
Tết Trung Thu	中秋節	Lễ Giáng sinh	聖誕節
Tết Dương lịch	元旦	Lễ tạ ơn	感恩節
Hội đền Hai Bà Trưng	二徵夫人廟會活動	Ngày Quốc khánh	國慶日
Hội đền Hùng	雄王節	Ngày thống nhất đất nước	全國統一日
Hội đền Vua Lê	黎王廟會活動	trò chơi đu	盪鞦韆
Hội đua voi ở Tây Nguyên	西原邦敦賽象節	trò múa rối nước	越南水上木偶戲
Hội vật Liễu Đôi	雙柳摔角節	trò tung còn, tìm bạn, tìm duyên	拋繡球遊戲
Hội Hoa Ban	洋紫荊節（越南奠邊特有文化節）	cờ người	真人象棋
Lễ hội Quang Trung	光中皇帝廟會活動	chọi gà / đá gà	鬥雞
Lễ hội Thánh Gióng	聖勇祭祀活動	kéo co	拔河
Lễ hội Chùa Bà	天后聖母廟會活動	đấu vật	摔角
Lễ hội Chùa Ông	關聖帝君廟會活動	hội đua thuyền	划船比賽
Lễ hội Vía Bà Chúa Xứ	主處聖母廟會活動	thi thả chim bồ câu	賽鴿比賽

Luyện Viết 寫作練習

1. Đặt câu với những từ và ngữ pháp cho sẵn.

1) cốt truyện: _____

_____

2) ăn khách: _____

_____

3) nền tảng trực tuyến: _____

_____

4) khách sáo: _____

_____

5) vô tận: _____

_____

6) hổng (với nghĩa "không"): _____

_____

2. Viết và thảo luận

1) Sưu tầm một video (5-10 phút) trên mạng về chủ đề phong tục và tập quán. Hãy đưa ra nhận xét và ý kiến cá nhân.

2) Hãy viết một bài văn về những truyền thống tốt đẹp trong gia đình đa thế hệ. Theo bạn, có khoảng cách nào giữa các thế hệ khi nghĩ về phong tục truyền thống không? Cho ví dụ minh họa.

Ca Dao và Tục Ngữ Thường Dùng 常用的歌謠與俗語 ▶MP3-10.5

"Ai về Phú Thọ cùng ta,
Vui ngày giỗ tổ tháng ba mùng mười.
Dù ai đi ngược về xuôi,
Nhớ ngày giỗ tổ mùng mười tháng Ba."

Người con trai thứ 18 của Vua Hùng dùng Bánh Chưng làm lễ vật dâng cha

Câu ca dao này rất gần gũi với mỗi người dân Việt Nam. Nó nói về một phong tục tập quán đặc biệt – ngày Giỗ Tổ Hùng Vương. Tuy nhiều quốc gia đều có nghi thức thờ cúng tổ tiên và những tiền nhân có công với nước nhưng hiếm có đất nước nào mà cả người dân trong nước cũng như kiều bào ở nước ngoài đều hướng về một ngày Quốc Tổ như dân tộc Việt Nam. Giỗ Tổ Hùng Vương được tổ chức vào ngày mồng 10 tháng 3 âm lịch hàng năm ở Phú Thọ để tưởng nhớ công ơn dựng nước và giữ nước của các Vua Hùng. Bên cạnh hoạt động chính lễ tại Đền Hùng, Ban tổ chức còn tổ chức rất nhiều hội thi và trò chơi dân gian như: hội thi nấu bánh chưng, hội sách, chơi cờ tướng, vật truyền thống, bóng chuyền và bắn nỏ. Đặc biệt, đến Phú Thọ, du khách sẽ được thưởng thức những làn điệu Hát Xoan, một di sản văn hóa phi vật thể của nhân loại.

Tài Liệu Tham Khảo 參考資料

[1] Nguyễn Thị Trà Giang (2019). Vai trò của phong tục, tập quán trong đời sống xã hội hiện nay. Tạp chí Thông tin Khoa học và Công nghệ Quảng Bình.

https://skhcn.quangbinh.gov.vn/3cms/upload/khcn/File/TapChiKHCN/2019/so2/18.pdf

[2] Trương Thìn (2010). 101 điều cần biết về Tín ngưỡng và Phong tục Việt Nam. Nhà xuất bản Thời Đại. ISBN-10: 8936046526643.

[3] An Nam (2012). Truyện Cổ Tích Việt Nam – Cóc Kiện Trời. Nhà xuất bản Mỹ Thuật.

[4] Thạch Phương, Lê Trung Vũ (2015). 60 Lễ Hội Truyền Thống Việt Nam. Nhà Xuất Bản Tổng hợp TP.HCM. SKU: 2582538101438.

Bài 11

Đầu tư ở
Việt Nam
———
越南投資

Ngày 29 tháng 12 năm 1987, Quốc hội Việt Nam lần đầu tiên chính thức thông qua luật đầu tư nước ngoài. Đây được coi là bước đi chiến lược, kịp thời khi Việt Nam bắt đầu chính sách đổi mới vào một năm trước đó. Nhìn lại 35 năm thành quả của đổi mới thì đóng góp của các doanh nghiệp đầu tư trực tiếp nước ngoài là rất to lớn. Tính đến tháng 4 năm 2021, Việt Nam có hơn 26 nghìn dự án đầu tư nước ngoài còn hiệu lực với tổng vốn đăng ký trên 394,9 tỷ USD [1]. Theo phân tích của các chuyên gia kinh tế thì đầu tư nước ngoài đã góp một nguồn vốn rất quan trọng cho tăng trưởng và xuất khẩu [2], cụ thể lên đến 50% giá trị xuất khẩu công nghiệp; 22% – 25% tổng vốn đầu tư toàn xã hội. Đóng góp vào ngân sách của khu vực này hàng năm chiếm 15 – 19% tổng thu ngân sách. Đầu tư trực tiếp nước ngoài hiện được coi là động lực tăng trưởng của Việt Nam và năm quốc gia, vùng lãnh thổ có vốn đầu tư cao nhất là Hàn Quốc, Nhật Bản, Singapore, Đài Loan và Hồng Kông [3].

1. Trình bày ý kiến của bạn về đầu tư trực tiếp nước ngoài và những yếu tố tác động đến nguồn vốn đầu tư trực tiếp nước ngoài vào một quốc gia.

_____

_____

_____

2. Theo bạn, nhà đầu tư thường quan tâm đến những vấn đề gì khi muốn đầu tư vốn vào một quốc gia?

_____

_____

_____

Nghe Hiểu 聽力理解　　　　　　　　　　　　　　▶MP3-11.2

1. Chọn Đúng (Đ) hoặc Sai (S) theo nội dung hội thoại.

1) （　　） Anh Hoàng tới gặp luật sư để được tư vấn về thủ tục thuê đất dài hạn.

2) （　　） Anh Hoàng muốn uống một tách cà phê sữa đá.

3) （　　） Anh Hoàng dự định mở công ty để sản xuất linh kiện điện tử.

4) （　　） Do pháp luật ở Việt Nam khác Đài Loan nên anh Hoàng chưa hiểu về thủ tục và các quy định để mở công ty.

5) （　　） Loại hình doanh nghiệp mà nhà đầu tư nước ngoài hay chọn là công ty trách nhiệm hữu hạn.

6) （　　） Sau khi nghiên cứu, anh Hoàng muốn mở công ty cổ phần.

7) （　　） Nếu nhà đầu tư thành lập công ty trong khu công nghiệp thì Ban quản lý khu công nghiệp có thẩm quyền cấp "Giấy chứng nhận đăng ký đầu tư".

8) （　　） Thời gian xin cấp giấy chứng nhận đăng ký đầu tư thông thường là 20 ngày làm việc.

9) （　　） Luật sư sẵn lòng trợ giúp pháp lý cho anh Hoàng trong suốt quá trình đầu tư.

10) （　　） Luật sư yêu cầu anh Hoàng phải hoàn thành và nộp tất cả các giấy tờ cần thiết trong vòng một tháng.

2. Chọn đáp án đúng nhất theo nội dung hội thoại.

1) (   ) Công ty luật Quốc Cường đã làm việc bao lâu trong lĩnh vực tư vấn đầu tư?

    A. 10 năm   B. 15 năm

    C. 20 năm   D. 25 năm

2) (   ) Anh Hoàng có thể mở công ty 100% vốn nước ngoài ở Việt Nam không?

    A. Hoàn toàn có thể

    B. Có thể khi đầu tư vào lĩnh vực điện tử

    C. Có thể nhưng với điều kiện là phải mở công ty cổ phần

    D. Hoàn toàn không thể

3) (   ) Theo luật sư thì nhà đầu tư nước ngoài thường chọn loại hình doanh nghiệp nào khi muốn mở công ty?

    A. Công ty trách nhiệm hữu hạn

    B. Công ty cổ phần

    C. Cả A và B đều đúng

    D. Cả A và B đều sai

4) (   ) Anh Hoàng không cần giấy tờ gì khi mở công ty ở Việt Nam?

    A. Giấy chứng nhận đăng ký đầu tư

    B. Giấy chứng nhận đăng ký kết hôn

    C. Giấy chứng nhận đăng ký doanh nghiệp

    D. Tất cả các đáp án trên

5) (   ) Lý do anh Hoàng cần nhờ luật sư trợ giúp trong quá trình nộp hồ sơ?

    A. Vì anh Hoàng bận nên không có thời gian

    B. Vì khả năng tiếng Việt của anh Hoàng còn hạn chế

    C. Vì pháp luật quy định nhà đầu tư nước ngoài cần có luật sư đại diện

    D. Vì anh Hoàng mới sang Việt Nam nên chưa hiểu nhiều về pháp luật

Anh Hoàng quyết định đầu tư vào lĩnh vực điện tử ở Việt Nam nhưng anh khá lúng túng trong việc thực hiện các thủ tục đầu tư. Anh được chị Phương giới thiệu đến công ty luật Quốc Cường, một công ty có 20 năm kinh nghiệm trong tư vấn đầu tư để được hỗ trợ. Hôm nay anh có cuộc hẹn với luật sư vào buổi sáng. Hãy nghe nội dung hội thoại giữa hai người.

Anh Hoàng:	Dạ, chào luật sư. Tôi là Đoàn Nguyên Hoàng, tôi có hẹn để được anh tư vấn về thủ tục đầu tư vào Việt Nam.
Luật sư:	Vâng, rất vui được gặp anh. Gửi anh danh thiếp của tôi.
Anh Hoàng:	Dạ, luật sư Nguyễn Văn Dương. Rất mong nhận được sự hỗ trợ của anh. Tôi cũng xin gửi anh danh thiếp của tôi.
Luật sư:	Vâng. Mời anh Hoàng ngồi. Anh muốn uống gì? Trà hay cà phê ạ?
Anh Hoàng:	Cho tôi một tách cà phê đen. Cảm ơn anh!
Luật sư:	Vâng. Anh đợi một chút nhé. (nói với thư ký) Em ơi, cho anh hai tách cà phê đen.
Thư ký:	Dạ.
Luật sư:	Anh Hoàng dự định đầu tư vào lĩnh vực gì? Anh có thể nói một chút về kế hoạch của mình được không?
Anh Hoàng:	Vâng. Tôi dự định mở một công ty sản xuất linh kiện điện tử. Nhưng pháp luật ở Việt Nam khác Đài Loan nên tôi chưa hiểu lắm về thủ tục và các quy định để mở công ty. Xin hỏi luật sư, tôi có thể mở công ty 100% vốn nước ngoài không ạ?
Luật sư:	Vâng, anh hoàn toàn có thể. Anh đã nghĩ về loại hình doanh nghiệp chưa? Thông thường các nhà đầu tư nước ngoài hay chọn công ty trách nhiệm hữu hạn và công ty cổ phần, anh ạ.

Anh Hoàng:	Dạ, tôi có nghiên cứu và cũng muốn mở công ty trách nhiệm hữu hạn. Tôi có cần tìm người đại diện theo pháp luật hay giám đốc công ty là người Việt Nam không?
Luật sư:	Không nhất thiết là người Việt ạ. Công ty cần có ít nhất một người đại diện theo pháp luật cư trú ở Việt Nam. Chính vì vậy, nếu anh là người nước ngoài và cũng là người đại diện duy nhất của công ty thì trước khi xuất cảnh khỏi Việt Nam, anh cần phải ủy quyền bằng văn bản cho người khác để thực hiện quyền và nghĩa vụ của người đại diện theo pháp luật [4].
Thư ký:	Dạ, em xin lỗi. Mời hai anh uống cà phê ạ.
Anh Hoàng và luật sư:	Cảm ơn em.
Anh Hoàng:	Vậy xin hỏi với ngành nghề kinh doanh của tôi, tôi cần những giấy phép gì để mở công ty ở Việt Nam?
Luật sư:	Anh cần hai giấy phép gồm: "Giấy chứng nhận đăng ký đầu tư" và "Giấy chứng nhận đăng ký doanh nghiệp". Nếu anh thành lập công ty trong khu công nghiệp thì Ban quản lý khu công nghiệp có thẩm quyền cấp "Giấy chứng nhận đăng ký đầu tư" cho anh. Nếu không thì anh cần đến Sở Kế hoạch và Đầu tư nộp đơn, và thời gian cấp phép thông thường cần 18 ngày làm việc.
Anh Hoàng:	Ồ thời gian xin cấp phép còn nhanh hơn tôi mong đợi. Do mới sang Việt Nam nên tôi chưa hiểu nhiều về pháp luật. Tôi muốn mời anh làm người trợ giúp pháp lý trong quá trình nộp hồ sơ và giúp tôi về các thủ tục hành chính sau này, được không ạ?
Luật sư:	Tôi rất sẵn lòng hỗ trợ anh trong suốt quá trình anh đầu tư ở đây. Tin rằng chúng ta sẽ hợp tác vui vẻ!
Anh Hoàng:	Dạ, nhất định ạ. Sắp tới tôi cần chuẩn bị và làm những gì, xin anh cứ chỉ bảo.

Luật sư:	Vâng. Đây là danh sách một số giấy tờ anh cần chuẩn bị. Anh hãy về suy nghĩ và báo cho tôi về thời điểm muốn đăng ký kinh doanh. Bởi kể từ ngày được cấp "Giấy chứng nhận đăng ký doanh nghiệp" thì thời hạn để các thành viên góp đủ số vốn cam kết là 90 ngày áp dụng cho mọi doanh nghiệp, không kể với doanh nghiệp đầu tư nước ngoài hay doanh nghiệp trong nước.
Anh Hoàng:	Vâng. Tôi sẽ chuẩn bị các giấy tờ và báo anh sớm. Rất cảm ơn anh về tất cả.
Luật sư:	Dạ, tôi cũng rất vinh hạnh được hỗ trợ anh. Chúc anh đầu tư thành công!!!
Anh Hoàng:	Cảm ơn luật sư.

Từ Mới 生詞　▶MP3-11.3

đóng góp	貢獻	giám đốc công ty	公司經理
chiến lược	策略	nhất thiết	必要；一定
đầu tư trực tiếp nước ngoài	外國直接投資	người đại diện theo pháp luật	法定代理人
dự án	項目；計畫	xuất cảnh	出境
hiệu lực	效力；有效	ủy quyền	委任；授權
vốn đăng ký	註冊資本	Giấy chứng nhận đăng ký đầu tư	投資登記證
nguồn vốn	資金	Giấy chứng nhận đăng ký doanh nghiệp	商業登記證
tổng thu ngân sách	歲入預算；總預算	Ban quản lý khu công nghiệp	工業區管理委員會
lúng túng	慌亂的；尷尬的	có thẩm quyền	有授權
thủ tục đầu tư	投資手續	Sở Kế hoạch và Đầu tư	計畫與投資處
tư vấn đầu tư	投資諮詢	cấp phép	許可（書面）
danh thiếp	名片	người trợ giúp pháp lý	法律顧問
linh kiện điện tử	電子零件	sẵn lòng	樂意；願意
công ty 100% vốn nước ngoài	100% 外資公司	thủ tục hành chính	行政手續
loại hình doanh nghiệp	企業類型	chỉ bảo	指導；指教
công ty trách nhiệm hữu hạn	有限責任公司	đăng ký kinh doanh	營業登記
công ty cổ phần	股份有限公司	cam kết	保證；承諾（上對下）

Đọc Hiểu 閱讀理解

1. Dựa vào nội dung hội thoại để trả lời các câu hỏi dưới đây.

1) Lý do anh Hoàng đến công ty luật Quốc Cường?

_____

_____

2) Anh Hoàng định đầu tư vào lĩnh vực nào và sản xuất gì?

_____

_____

3) Người đại diện của công ty trách nhiệm hữu hạn có thể là người nước ngoài không?

_____

_____

4) Anh Hoàng cần xin những giấy phép gì khi muốn mở công ty ở Việt Nam?

_____

_____

5) Luật sư Dương được anh Hoàng mời làm gì?

_____

_____

6) Luật sư nói anh Hoàng cần chuẩn bị và làm những gì trước khi đăng ký kinh doanh?

_____

_____

7) Thời hạn 90 ngày để góp đủ số vốn đã cam kết được áp dụng cho doanh nghiệp nào?

_____

_____

2. Dựa vào nội dung hội thoại, hãy thảo luận để hiểu thêm về một số nét văn hóa ở Việt Nam.

1) Một số quy tắc trao và nhận danh thiếp trong giao tiếp.

2) Văn hóa thưởng thức cà phê của người Việt xưa và nay.

3) Nghệ thuật pha và thưởng trà trong văn hóa Việt.

4) Văn hóa xem ngày, chọn ngày tốt để khai trương hay thành lập doanh nghiệp.

Luyện Tập Từ Vựng 詞彙練習

1. Tìm từ phù hợp với định nghĩa cho sẵn ở bên dưới.

chiến lược	lúng túng	pháp lý	ủy quyền
nhất thiết	hiệu lực	cam kết	thủ tục hành chính

1) _____ : (danh từ) thời điểm được thi hành của văn bản pháp luật, quy định hoặc hiệp định.

2) _____ : (danh từ) xác định mục tiêu và chuẩn bị kế hoạch cụ thể để thực hiện một công việc nhất định.

3) _____ : trong tình trạng không biết phải hành động, nói hay xử trí như thế nào.

4) _____ : (phụ từ) biểu thị ý dứt khoát phải theo đúng quy tắc, kỷ luật, không thể khác được.

5) _____ : "cho người khác thay mặt, sử dụng quyền của mình một cách hợp pháp" [5].

6) _____ : (danh từ) trình tự và cách thức giải quyết những công việc liên quan đến lĩnh vực thuộc quản lý hành chính của Nhà nước.

7) _____ : cam đoan làm đúng những điều trên văn bản viết hay những điều đã hứa.

8) _____ : một khái niệm rộng hơn pháp luật, chỉ những khía cạnh, nguyên lý về pháp luật, do Nhà nước quy định.

2. Chọn từ phù hợp để điền vào chỗ trống.

1) (   ) Ông ấy khuyên sinh viên rằng: "tuổi trẻ hãy làm những điều mình muốn, đi đến nơi mình thích, hành động theo _____ và chủ động đối diện với những khó khăn trong cuộc sống".

   A. trực giác

   B. trực tiếp

   C. trực thăng

   D. trực diện

2) (   ) Những _____ trong báo cáo này mang đến cho chúng ta một cái nhìn mới về vấn đề biến đổi khí hậu và bảo vệ môi trường.

   A. khuyến cáo

   B. khuyến nghị

   C. đề xuất

   D. cả A / B / C

3) (   ) Trong khi Nhà nước cùng toàn dân đang chung sức để _____ sự lây lan của dịch bệnh thì một số cá nhân lại lợi dụng tình hình để trục lợi cá nhân.

   A. ngăn cách

   B. ngăn chặn

   C. ngăn cấm

   D. ngăn kéo

4) (   ) Luật Doanh nghiệp năm 2020 có hiệu lực _____ kể từ ngày 01/01/2021, đã cắt giảm một số thủ tục hành chính và tạo thuận lợi hơn cho các nhà đầu tư nước ngoài trong việc đăng ký doanh nghiệp.

   A. ban hành

   B. ban phát

   C. thi hành

   D. thực hành

5) (   ) Tại buổi gặp gỡ với Ủy ban nhân dân tỉnh Hải Dương, các doanh nghiệp tham gia đều _____ sẽ thực hiện tốt vấn đề xử lý chất thải và công tác phòng cháy chữa cháy tại đơn vị.

   A. cam kết

   B. cam tâm

   C. cam thảo

   D. cam chịu

6) (　　) Nhờ có _____ đầu tư đúng đắn vào cơ sở hạ tầng mà Đà Nẵng được mệnh danh là thành phố đáng sống nhất ở Việt Nam.

A. chiến công　　　　　　　B. chiến đấu

C. chiến lược　　　　　　　D. chiến thắng

3. Viết thêm các từ liên quan đến các danh mục dưới đây.

Đầu tư:

_____

_____

_____

Tư vấn:

_____

_____

_____

---

1. được coi là... 「把……當作…… / 被視為……（好的方面）」

◉ Nguồn vốn từ đầu tư trực tiếp nước ngoài được coi là một yếu tố quan trọng trong tăng trưởng kinh tế và giải quyết việc làm của Việt Nam.

外國直接投資的資金被視為越南經濟成長以及解決就業的重要因素。

Giải thích 語法說明

- "A được coi là B" dùng để chỉ ra một sự việc hoặc ai đó được coi như một cái gì khác, thường mang nghĩa tích cực. Khi B là một điều không tốt thì cấu trúc này có thể được thay đổi thành "A bị coi là B".

- 「A được coi là B」用於指出某人、事、物，被視為某個其他的人、事、物，且通常帶有正面意思。若 B 為一件不好的事時，則須使用另一個句型「A bị coi là B」（A 被視為 B）。

Ví dụ

- Christopher Columbus được coi là người đầu tiên khám phá ra châu Mỹ vào năm 1498.

- Quan hệ đối ngoại với Mỹ và Trung Quốc được coi là một cân nhắc quan trọng trong chính sách ngoại giao của Việt Nam.

- Ngày nay, tham nhũng đang được coi là quốc nạn ở nhiều quốc gia.

- Nói chuyện ồn ào nơi công cộng bị coi là một hành vi kém văn hóa.

- _____

  _____

- _____

  _____

2. theo phân tích của + danh từ 「依照（名詞）的分析」

⊙ Theo phân tích của một số công ty lữ hành Việt thì trong nhiều năm qua, ngành du lịch mới chú trọng đến du khách nước ngoài và thiếu quan tâm đến du khách trong nước.

依照一些越南旅行社的分析，過去幾年新興旅遊業只注重外國遊客，而對國內遊客則缺乏關心。

Giải thích 語法說明	– Cấu trúc này được dùng khi người nói muốn nhắc đến kết quả phân tích của một tổ chức hay cá nhân khác. Cấu trúc này cũng thường xuyên xuất hiện trong các bài luận.

– 此句型用於說話者想提及某個組織或他人的分析結果。此用法也常出現於論文之中。

Ví dụ	· Theo phân tích của Trung tâm Dự báo Khí tượng Thủy văn, cuối tháng 2/2020 Bắc Bộ sẽ có mưa và rét đậm, nhiệt độ có thể xuống tới 10 độ C.

· Theo phân tích của Samsung Việt Nam, thương mại điện tử tại Việt Nam là một mảnh đất màu mỡ để phát triển do người tiêu dùng Việt đang được xếp vào nhóm trẻ và năng động bậc nhất trên thế giới.

· _____

· _____

· _____

3. chính vì vậy 「所以／因此／正因如此」

⊙ Năng lực cạnh tranh của doanh nghiệp Việt còn yếu, chính vì vậy, để hội nhập thành công, Chính phủ cần phải xây dựng một số chính sách cụ thể để hỗ trợ các doanh nghiệp phát triển.

越南企業的競爭能力仍不夠強，正因如此，要成功與國際接軌，政府需要制定一些具體的政策以協助各企業發展。

Giải thích 語法說明

– "chính vì vậy" là một liên từ được dùng để kết nối hai câu hoặc hai vế của một câu để nhấn mạnh nguyên nhân dẫn đến một kết quả. Một số liên từ gần nghĩa với "chính vì vậy" có thể tham khảo khi sử dụng gồm: chính vì thế, vậy nên, vì vậy, vì thế nên, "chính vì + nguyên nhân + nên + kết quả".

– 「chính vì vậy」（所以／因此／正因如此）為連詞，用於連接兩個句子或句子的兩部分，強調因某個原因而帶來某個結果。使用時也可以參考與「chính vì vậy」近義的連詞：「chính vì thế」（正因如此）、「vậy nên」（所以）、「vì vậy」（因此）、「vì thế nên」（所以）、「chính vì（正因為）＋原因＋nên（所以）＋結果」。

Ví dụ

· Văn hóa được thể hiện trong mọi khía cạnh của cuộc sống. Chính vì vậy, nếu bạn muốn kinh doanh ở nước ngoài thì văn hóa doanh nghiệp là yếu tố bạn nhất định phải tìm hiểu.

· Trong kinh doanh thời gian quý như vàng. Chính vì vậy, nếu anh có thể thanh toán tiền sớm, chúng tôi sẽ chiết khấu cho anh 2% giá trị hợp đồng.

· _____

· _____

4. là..., không kể với... hay... 「是……，不論 / 不管……或……」

◉ Bảo vệ môi trường là việc làm quan trọng và cấp bách không của riêng ai, không kể với doanh nghiệp, Chính phủ, các tổ chức hay người dân.

環境保護對於每個人來說，都是一項重要且刻不容緩的工作，不論是企業、政府、各組織或是人民。

> **Giải thích**
> **語法說明**

— Ngữ pháp này được dùng để nối trong mệnh đề danh từ. Cụm từ "không kể với" thường được theo sau bởi các danh từ. Chú ý: vế trước của cấu trúc này cũng có thể sử dụng động từ khác thay thế cho "là" và vế sau chuyển thành "không kể là… hay…".

— 此句型用於名詞子句之連接。片語「không kể với」（不論 / 不管）後面常會接名詞。注意，本句型的前半段也可用其他動詞來代替「là」（是），後半段則是換成「không kể là… hay…」（不論 / 不管是……或……）。

> **Ví dụ**

· Tết Trung thu là một ngày lễ quan trọng trong văn hóa Việt, không kể với người Việt trong nước hay kiều bào ở nước ngoài.

· Quyền con người là quyền cần được tôn trọng, không kể với người Việt Nam, người Đài Loan hay người dân ở bất cứ nơi đâu trên trái đất này.

· Thuế suất thuế thu nhập doanh nghiệp 20% là mức thuế áp dụng chung cho mọi doanh nghiệp, không kể với doanh nghiệp Việt Nam hay doanh nghiệp có vốn đầu tư nước ngoài.

· _____

Luyện Nói 口語練習

1. Hãy dùng ngữ pháp đã học "được coi là" để hoàn thành câu hội thoại dưới đây.

Ví dụ

Hải: Bạn đánh giá thế nào về yêu cầu của việc tự học đối với sinh viên hiện nay?

Hoa: Ở Đại học Chính trị, việc tự học luôn được coi là yếu tố cần thiết, không thể thiếu để tạo nên thành công của việc học.

1) *Phóng viên:*   Thưa bác sĩ, theo bác sĩ thế nào được coi là béo và khi nào chúng ta cần phải giảm cân ạ?

    Bác sĩ: _____

    _____

2) *Nam:*   Quan điểm về biển số xe đẹp, xấu chịu ảnh hưởng bởi văn hóa ở từng nước. Tại Đài Loan, có quan niệm gì về biển số xe đẹp hay xấu không?

    Hoa: _____

    _____

3) *Tuấn:*   Trong buổi họp hôm nay, trưởng phòng kinh doanh có nhắc đến Slogan hay khẩu hiệu thương mại gì đó. Mình chuyên về kỹ thuật nên không hiểu lắm!

    Cường: _____

    _____

4) *Hùng:*   Xin anh giải thích thêm cho chúng tôi về những trường hợp nghỉ làm được coi là nghỉ có lý do chính đáng?

    Nhân sự: _____

    _____

5) *Hạnh:*   Áo dài được coi là quốc phục của Việt Nam. Còn nước bạn thì sao?

    Hoa: _____

                 _____

2. Bạn nghĩ thế nào về hiện tượng uống rượu bia trong xã hội ngày nay? Hãy xem biểu đồ dưới đây và phân tích.

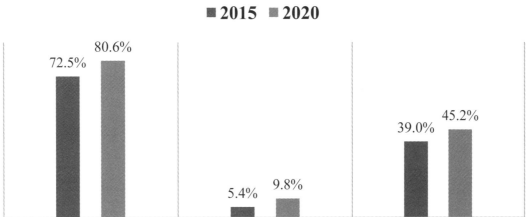

TỶ LỆ NGƯỜI TRƯỞNG THÀNH CÓ UỐNG RƯỢU BIA
■ 2015 ■ 2020

_____

_____

_____

_____

3. Bạn nghĩ nên phạt thế nào với người say xỉn khi lái xe? (phạt tiền, thu hồi giấy phép lái xe, làm lao động công ích,...)

_____

_____

_____

_____

_____

_____

_____

_____

4. Làm quen và tạo một hội thoại ngắn với các từ liên quan đến đầu tư và kinh doanh.

kinh doanh	業務；經營	nhãn hiệu	品牌
vốn đầu tư	資本；資金	sản xuất	生產；製造
tăng trưởng	增長	công nghiệp	工業
sản phẩm	產品	lên sàn	上市
giá cả	價格	công ty niêm yết	上市公司
khách hàng	客戶；消費者	phát hành	發行
đơn đặt hàng	訂單	giao dịch	交易
chào giá	報價	bảo hiểm	保險
bán hàng	銷售	lợi nhuận	利潤
hóa đơn thương mại	商業發票	tài sản	資產
ký kết hợp đồng	簽約；簽合同	tài sản cố định	固定資產
vi phạm hợp đồng	違反合約；違反合同	khấu hao	折舊
tài chính	金融	báo cáo thường niên	年報；年度報告
dòng tiền	現金流量	chuyển nhượng	轉讓
nợ	貸款	mua lại (công ty)	收購
nợ xấu	呆帳	hồi phục	反彈
xu hướng	趨勢；走向	rủi ro phá sản	破產風險

1. Dùng cấu trúc "theo phân tích của" hoặc "... là..., không kể với... hay..." và các từ cho sẵn để viết thành câu hoàn chỉnh.

1) khoa học hiện đại / ăn nhiều những món này không có lợi cho sức / trong thịt động vật có chứa nhiều chất béo / nitơ độc hại

_____

_____

2) các chuyên gia / sau các sự kiện / gây khủng hoảng ở Trung Đông / giá dầu đang có xu hướng tăng mạnh

_____

_____

3) gặp những khó khăn về mặt chính trị / việc Anh rời khỏi EU / các chuyên gia kinh tế / gia tăng những căng thẳng mạnh mẽ về kinh tế

_____

_____

4) các nhà máy điện than đang vận hành / Carbon Tracker (2016) / vượt quá nhu cầu điện trong nước / sẽ gây lãng phí hàng tỷ đô la tiền đầu tư / việc xây dựng nhà máy mới vào lúc này

_____

_____

5) tại Việt Nam / luật pháp / duy trì môi trường sống ổn định / doanh nghiệp, các tổ chức / công cụ hiệu quả để điều chỉnh các mối quan hệ xã hội / mỗi người dân

_____

_____

6) học tập / quyền và nghĩa vụ của người dân / người Kinh / người dân tộc thiểu số

_____

_____

2. Đặt câu với những từ và ngữ pháp cho sẵn.

1) dự án: _____

_____

2) nhất thiết: _____

_____

3) cấp phép: _____

_____

4) tư vấn: _____

_____

5) đăng ký kinh doanh: _____

_____

6) theo phân tích của: _____

_____

7) được coi là: _____

_____

3. Viết và thảo luận

1) Hãy trình bày quan điểm cá nhân về câu nói: "Dù kênh bán hàng trực tuyến có phát triển đến thế nào cũng không thể thay thế được vị trí của các cửa hàng truyền thống".

2) Hãy chọn một bài báo hoặc video có chủ đề về đầu tư. Đặt một vài câu hỏi liên quan đến nội dung bạn chia sẻ để các bạn cùng thảo luận.

Ca Dao và Tục Ngữ Thường Dùng 常用的歌謠與俗語 ▶MP3-11.5

Trong kho tàng ca dao, tục ngữ và thành ngữ, người xưa có nhiều câu nói hay về lĩnh vực đầu tư. Hãy tham khảo một số câu thường dùng dưới đây:

1. "Mùa hạ buôn bông, mùa đông buôn quạt – 夏天賣棉花，冬天賣扇子 "

Câu này muốn nhắc sự trớ trêu của người đầu tư khi lựa chọn không đúng dẫn đến kinh doanh không có hiệu quả.

2. "Lãi mẹ đẻ lãi con – 大錢生小錢 "

Khi đầu tư, chúng ta không chỉ sử dụng vốn của mình mà còn vay mượn từ ngân hàng và các nguồn khác. Tuy nhiên, chúng ta cần chú ý đến khả năng trả nợ gốc và lãi để tránh việc vỡ nợ.

3. "Đất có thổ công, sông có hà bá – 地下有土地公，水中有河伯（水神）"

Câu thành ngữ này muốn nhắc nhở chúng ta, làm gì cũng cần tôn trọng luật lệ chung. Đi đến đâu ta cần chú ý quy tắc và phong tục ở đó, tránh vi phạm quyền làm chủ của người khác.

4. "Nhất cận thị, nhị cận giang, tam cận lộ – 首選市場附近，二選河流附近，三選馬路附近 "

Đây là ba tiêu chí mà người xưa thường chú ý khi mua nhà và đầu tư. Ngày nay, câu nói này vẫn được sử dụng. Bởi vì nhà gần chợ sẽ thuận tiện cho việc mua bán, gần sông sẽ mát mẻ và gần đường to thì sẽ tiện trong việc đi lại.

Tài Liệu Tham Khảo 参考资料

[1] Quang Thọ (2019). Hội nghị xúc tiến đầu tư quốc tế về thông tin và truyền thông. Báo Nhân dân điện tử.

https://nhandan.vn/thong-tin-so/hoi-nghi-xuc-tien-dau-tu-quoc-te-ve-thong-tin-va-truyen-thong-376367/

[2] Minh Hiển (2018). Tổ chức Hội nghị tổng kết 30 năm đầu tư nước ngoài tại Việt Nam. Báo Điện tử Chính phủ.

https://baochinhphu.vn/to-chuc-hoi-nghi-tong-ket-30-nam-dau-tu-nuoc-ngoai-tai-viet-nam-102241220.htm

[3] Vũ Long (2021). 122 quốc gia đầu tư vào Việt Nam trong năm 2020. Báo Lao Động - Cơ Quan Của Tổng Liên Đoàn Lao Động Việt Nam.

https://laodong.vn/kinh-te/122-quoc-gia-dau-tu-vao-viet-nam-trong-nam-2020-867286.ldo

[4] Nguyễn Sinh Hùng (2014). Luật doanh nghiệp năm 2014. Thư viện pháp luật.

https://thuvienphapluat.vn/van-ban/Doanh-nghiep/Luat-Doanh-nghiep-2014-259730.aspx

[5] Viện Ngôn ngữ học (2018). Từ Điển Tiếng Việt. Nhà xuất bản Hồng Đức. ISBN-13: 978-6048666040.

Bài 12

Lao động
nước ngoài
———
外籍工作者

Quá trình toàn cầu hóa đã làm cho thị trường lao động ngày nay trở nên cạnh tranh hơn bao giờ hết. Chính vì vậy, người lao động cần trang bị cho mình năng lực nhận thức trên quy mô rộng, thể hiện qua kiến thức, sự hiểu biết và cởi mở về văn hóa. Sinh viên sắp ra trường nên sử dụng thông thạo nhiều hơn một thứ tiếng để mở rộng cơ hội làm việc tại các tổ chức hay tập đoàn đa quốc gia. Để trở thành một nhà quản lý toàn cầu, bạn càng phải hiểu tôn giáo, chính trị và pháp luật của các nền văn hóa khác. Bạn cần biết phong tục và hành động nào là phù hợp nhất ở mỗi đất nước. Vậy nên, hãy không ngừng học tập, cập nhật thông tin về các xu hướng, sự kiện chính trị, xã hội và kinh tế khắp nơi trên thế giới. Luôn là phiên bản tốt nhất của chính mình, các bạn nhé!

1. Hãy chia sẻ suy nghĩ của bạn về quá trình toàn cầu hóa và nhu cầu về lao động nước ngoài.

_____

_____

_____

2. Nếu sống ở nước ngoài, theo bạn chúng ta cần chú ý những vấn đề gì?

_____

_____

_____

3. Kể tên một vài khó khăn mà lao động nước ngoài thường gặp phải.

_____

_____

_____

Nghe Hiểu 聽力理解   ▶MP3-12.2

1. Chọn Đúng (Đ) hoặc Sai (S) theo nội dung hội thoại.

1)（   ）Chị Tân đã sang Việt Nam làm việc được hơn 5 năm rồi.

2)（   ）Thời đại học, chị Tân học chuyên ngành Ngôn ngữ và Văn hóa Đông Nam Á.

3)（   ）Anh Hùng thích cách sống tình cảm của người Việt.

4)（   ）Chị Tân sang Việt Nam để đi du lịch và tìm kiếm cơ hội đầu tư.

5)（   ）Hội An là địa danh du lịch nổi tiếng bậc nhất ở miền Trung Việt Nam.

6)（   ）Theo anh Hùng thì Chính phủ Việt Nam mấy năm nay chưa thực hiện tốt các chính sách dành cho lao động nước ngoài.

7)（   ）Chị Tân thấy lạ khi phần lớn lao động nước ngoài là nữ giới.

8)（   ）Pháp luật coi phụ nữ và nam giới là những người bình đẳng.

9)（   ）Theo chị Tân thì người Việt có xu hướng tránh xung đột khi giải quyết vấn đề.

10)（   ）Chị Tân từng mong đợi được trải nghiệm sự phấn khích từ cơ hội gặp gỡ thần tượng khi đi công tác nước ngoài.

2. Chọn đáp án đúng nhất theo nội dung hội thoại.

1) ( ) Sau khi tốt nghiệp, chị Tân đã làm việc ở đâu?

　　A. Làm việc cho công ty của Nhật Bản

　　B. Làm việc cho Đại sứ quán Nhật Bản

　　C. Làm việc cho công ty Đài Loan ở Nhật

　　D. Làm việc cho công ty của Việt Nam

2) ( ) Anh Hùng có cảm nhận như thế nào về người Việt Nam?

　　A. Gần gũi

　　B. Nhiệt tình

　　C. Có lòng tự tôn rất cao

　　D. Tất cả các đáp án trên

3) ( ) Số lượng người nước ngoài đang làm việc tại Việt Nam?

　　A. Khoảng 200 nghìn người

　　B. Khoảng 120 nghìn người

　　C. Khoảng 120 triệu người

　　D. Khoảng 13% dân số

4) ( ) Theo chị Tân thì nhân viên cần được công nhận và thăng tiến dựa trên:

　　A. Mức độ tinh nhuệ của họ

　　B. Chính sách của công ty

　　C. Khả năng và đóng góp của họ

　　D. Quốc tịch và giới tính của họ

5) ( ) Theo anh Hùng, số lượng lao động nước ngoài tăng sẽ dẫn đến điều gì?

　　A. Sự linh hoạt trong công việc

　　B. Nhà quản lý phải đối mặt với sự đa dạng hơn về văn hóa

　　C. Sự khác biệt về ngôn ngữ

　　D. Sự công bằng và cởi mở trong công việc

Anh Hùng là người Mỹ gốc Việt. Trên chuyến bay từ Hà Nội đi thành phố Đà Nẵng, anh ngồi cạnh một hành khách người Đài rất thú vị. Họ cùng nói chuyện và đưa ra một vài ý kiến về chủ đề lao động nước ngoài. Hãy nghe đoạn hội thoại giữa họ.

Anh Hùng: Tân này, em sang Việt Nam làm việc lâu chưa?

Chị Tân: Dạ khoảng 6 năm, anh ạ.

Anh Hùng: Anh hy vọng em thích cuộc sống ở đây. Anh hơi tò mò, tại sao em lại chọn Việt Nam để phát triển sự nghiệp thế?

Chị Tân: Vâng. Em đến Việt Nam có lẽ bởi cái duyên anh ạ. Thời đại học, em học chuyên ngành Ngôn ngữ và Văn hóa Đông Nam Á. Sau khi tốt nghiệp, em may mắn được nhận ngay vào làm cho một công ty Nhật Bản. Công ty này có hoạt động kinh doanh ở nhiều quốc gia, trong đó có Việt Nam.

Anh Hùng: Vậy là em được cử đi Việt Nam làm việc?

Chị Tân: Dạ không, em tự xin đi đấy ạ.

Anh Hùng: Ồ, em thấy được cơ hội làm ăn và phát triển ở đây, đúng không? Hay do em mê món ăn, mê phong cảnh...

Chị Tân: Ban đầu là em mê mức lương và chương trình đào tạo mà công ty cung cấp. Rồi khi quen với cuộc sống nơi đây thì em thấy mê tình người, anh ạ.

Anh Hùng: Chúng ta có vẻ hợp nhau đấy. Anh cũng thích cách sống tình cảm của người Việt. Anh cảm thấy mọi người đều gần gũi, nhiệt tình và có lòng tự tôn rất cao. À, hiện tại Tân đang làm về lĩnh vực gì?

Chị Tân: Em đang làm bên kinh doanh. Thế còn anh?

Anh Hùng:	Anh sang đây đầu tư. Bạn anh nói đến Việt Nam thì dù thế nào cũng phải đi Đà Nẵng một chuyến nên hôm nay anh tranh thủ đi.
Chị Tân:	Đúng đấy anh. Mà em muốn đề xuất về Hội An nữa. Hội An rất gần Đà Nẵng, cũng là địa danh du lịch nổi tiếng bậc nhất ở miền Trung ạ.
Anh Hùng:	Cảm ơn em. Anh sẽ thu xếp thời gian đi. Mà em nghĩ thế nào về lượng lao động nước ngoài ở Việt Nam?
Chị Tân:	Dạ, như em biết thì Việt Nam có khoảng 120 nghìn lao động nước ngoài đang làm việc trong nhiều lĩnh vực. Trong đó, người Đài Loan chúng em hiện chiếm khoảng 13% [1].
Anh Hùng:	Chính phủ Việt Nam mấy năm nay đã thực hiện tốt nhiều chính sách dành cho lao động nước ngoài. Anh nghĩ điều này đặc biệt quan trọng. Nó giúp những chuyên gia kỹ thuật, nhà quản lý và lao động tinh nhuệ yên tâm làm việc. Từ đó, họ cũng góp một phần tích cực vào tiêu dùng và kích thích tăng trưởng kinh tế của Việt Nam.
Chị Tân:	Em chỉ thấy lạ khi phần lớn lao động nước ngoài là nam giới. Anh nghĩ lý do vì đâu ạ?
Anh Hùng:	Phải chăng do nam giới ưa thử thách hơn? Tuy các nhà quản lý và pháp luật coi phụ nữ và nam giới là những người bình đẳng, nhưng vai trò của phụ nữ trong gia đình luôn vô cùng quan trọng. Có lẽ vì thế mà ít phụ nữ sẵn sàng xa gia đình để ra nước ngoài làm việc.
Chị Tân:	Thế nên em không muốn kết hôn sớm đâu. Em nghĩ nhân viên cần được công nhận và thăng tiến dựa trên khả năng và đóng góp của họ chứ không phải vì giới tính.
Anh Hùng:	Anh đồng ý. Chúng ta không nên đánh giá thấp tầm quan trọng của các giá trị trong từng văn hóa. Người Việt xem trọng phụ nữ. Thậm chí coi phụ nữ là nóc nhà nên tiếng nói của họ rất quan trọng.

Chị Tân:	Vâng, em cũng cảm nhận được điều đó. Nói về các giá trị trong văn hóa, em thấy người Việt có xu hướng tránh xung đột khi giải quyết vấn đề. Nhà quản lý và nhân viên làm việc dựa trên sự tin tưởng lẫn nhau hơn là sử dụng các biện pháp kiểm soát cứng nhắc.
Anh Hùng:	Anh nghĩ khi số lượng lao động nước ngoài tăng thì nhà quản lý phải đối mặt với sự đa dạng hơn về văn hóa. Để thành công, em cần hiểu nhu cầu và mong đợi của nhân viên. Người trẻ thường muốn được cống hiến. Họ muốn sự linh hoạt trong công việc và kiểm soát nhiều hơn về tương lai của mình.
Chị Tân:	Vâng. Ai cũng muốn làm việc trong một môi trường công bằng và cởi mở. Em cũng từng mong đợi được trải nghiệm sự phấn khích từ cơ hội thăng tiến trong công việc.
Anh Hùng:	Chúng ta rất cần học cách quản lý sự đa dạng. Công ty anh từng cung cấp cả chương trình đào tạo, giúp nhân viên ở tất cả các cấp giỏi hơn trong việc chấp nhận và khoan dung với sự khác biệt về ngôn ngữ, tuổi tác, giới tính, quốc tịch và sắc tộc.
Chị Tân:	Dạ. Nói chuyện với anh thật thú vị.
Anh Hùng:	Anh cũng rất vui khi nói chuyện cùng em. Đây là danh thiếp của anh, có gì em hãy liên lạc nhé.
Chị Tân:	Vâng. Cảm ơn anh. Cũng xin gửi anh danh thiếp của em ạ.
Anh Hùng:	Trời, em trẻ vậy mà là giám đốc kinh doanh của Toyota ư? Anh đã "múa rìu qua mắt thợ" rồi.

Từ Mới 生詞   ▶MP3-12.3

cạnh tranh	競爭	tinh nhuệ	菁英；訓練有素
hơn bao giờ hết	比以往更	góp	助於
trang bị	具備	tích cực	積極的
nhận thức	認知	kích thích	促進
sự hiểu biết	知識；見識；見聞	thấy lạ	訝異
cởi mở	開放；開朗	phải chăng	是否
thông thạo	熟練；精通	thử thách	挑戰
tập đoàn đa quốc gia	跨國集團	sẵn sàng	樂意
cập nhật	更新	công nhận	公認
xu hướng	趨勢	thăng tiến	升遷
phiên bản	版本	đóng góp	貢獻
cái duyên	緣分	xem trọng	看重；重視
được nhận ngay	立刻被錄取	nóc nhà	屋頂
được cử đi	外派；被派去	xung đột	衝突
tự xin	自薦；主動申請	sự tin tưởng	信任
làm ăn	做生意	biện pháp kiểm soát	監控措施
chương trình đào tạo	培訓課程	cứng nhắc	僵硬的
tình người	人情	cống hiến	貢獻；奉獻
hợp nhau	融洽	linh hoạt	靈活的
cách sống tình cảm	感性的生活方式	mong đợi	期待
lòng tự tôn	自尊心	phấn khích	興奮的

một chuyến	一趟	các cấp	各級（領導、管理、政府等）
tranh thủ	爭取；爭取時間	chấp nhận	接受
bậc nhất	最；……之最	khoan dung	寬容
thu xếp	安排	sắc tộc	族群；種族
chuyên gia kỹ thuật	技術專家	giám đốc kinh doanh	業務經理

Đọc Hiểu 閱讀理解

1. Dựa vào nội dung hội thoại để trả lời các câu hỏi dưới đây.

1) Tại sao chị Tân chọn Việt Nam để phát triển sự nghiệp?

_____

2) Số lượng người Đài Loan đang làm việc tại Việt Nam là bao nhiêu?

_____

3) Kết quả từ việc Chính phủ thực hiện tốt nhiều chính sách dành cho lao động nước ngoài?

_____

4) Lao động trẻ thường mong muốn điều gì trong công việc?

_____

5) Theo chị Tân thì người lao động muốn được làm việc trong môi trường như thế nào?

_____

6) Mục đích của chương trình đào tạo mà công ty anh Hùng cung cấp là gì?

_____

7) Chị Tân có cảm nhận như thế nào về cách nói chuyện của anh Hùng?

_____

_____

8) Ở cuối hội thoại, điều gì khiến anh Hùng cảm thấy bất ngờ?

_____

_____

2. Dựa vào nội dung hội thoại, hãy thảo luận để hiểu hơn về một số nét văn hóa ở Việt Nam.

1) Bạn có mê ẩm thực và du lịch? Hãy kể tên những ẩm thực và địa danh nổi tiếng của Việt Nam và Đài Loan mà bạn biết.

2) Bạn ấn tượng nhất với món ăn nào? Lý do?

3) Người Việt xem trọng phụ nữ, coi người vợ là nóc nhà nên tiếng nói của họ rất quan trọng. Ở nước bạn thì sao?

4) Bạn nghĩ thế nào về việc tránh xung đột trong giải quyết vấn đề?

5) Hãy tìm hiểu ý nghĩa của thành ngữ "múa rìu qua mắt thợ". Cho ví dụ minh họa.

Luyện Tập Từ Vựng 詞彙練習

1. Theo nội dung hội thoại, tìm từ phù hợp với định nghĩa cho sẵn.

nhận thức	phấn khích	kích thích	cập nhật
lòng tự tôn	cống hiến	cởi mở	cứng nhắc

1) _____ : (tính từ) gần gũi trong giao tiếp, cảm thấy lòng thoải mái khi không cần giấu giếm điều gì.

2) _____ : (danh từ) hiểu biết thấu đáo sự vật, hiện tượng trong thế giới khách quan; (động từ) nhận ra và biết được, hiểu được.

3) _____ : thay đổi và bổ sung các thông tin cho phù hợp với thực tế.

4) _____ : (danh từ) tự giữ gìn, tôn trọng mình, không để cho ai coi thường mình.

5) _____ : (tính từ) phấn khởi do tinh thần được kích động, cổ vũ.

6) _____ : (động từ) tác động vào giác quan hoặc hệ thần kinh; có tác dụng thúc đẩy làm cho hoạt động mạnh hơn.

7) _____ : (tính từ) thiếu linh hoạt, không biết tuỳ điều kiện cụ thể để thay đổi cho phù hợp.

8) _____ : tự nguyện đóng góp thứ quý giá của mình vào sự nghiệp chung.

324

2. Chọn từ phù hợp để điền vào chỗ trống.

1) (　　) Công dân toàn cầu đã trở thành từ khóa phổ biến, khi _____ ra nước ngoài học tập và làm việc của giới trẻ đang ngày một nhiều hơn.

    A. xu nịnh   B. thu xếp

    C. xu hướng   D. chấp nhận

2) (　　) Pháp luật là công cụ để quản lý xã hội nên mọi người cần _____ được tầm quan trọng của pháp luật, tránh vi phạm sẽ bị xử phạt.

    A. nhận diện   B. nhận thức

    C. nhận thầu   D. nhận nuôi

3) (　　) Sau đại dịch, nhiều công ty lữ hành Việt Nam quyết định bán tour không lợi nhuận để _____ du lịch nội địa.

    A. kích cầu   B. kích động

    C. kích thước   D. kích hoạt

4) (　　) Trong các nghiên cứu về quan hệ quốc tế, _____ văn hóa được hiểu là những biểu hiện về văn hóa trái ngược nhau, gặp nhau trong một hoàn cảnh, một tình huống ngẫu nhiên.

    A. xung quanh   B. xung đột

    C. xung phong   D. cả A / B / C

5) (　　) Những lái xe của công ty Huy Hoàng không chỉ có kinh nghiệm cầm lái lâu năm, _____ giao thông mà còn có khả năng giao tiếp tốt bằng ngoại ngữ để phục vụ du khách.

    A. thông thạo   B. thông cảm

    C. thông hành   D. thông thường

6) (　　) Giáo dục lòng _____ dân tộc cho thanh thiếu niên, giúp họ hiểu về lịch sử không chỉ là nhiệm vụ của riêng nhà trường mà là trách nhiệm chung của toàn Đảng, toàn dân.

    A. tự hào   B. tự cường

    C. tự tôn   D. cả A / B / C

3. Viết thêm các từ liên quan đến các danh mục dưới đây.

Làm việc ở nước ngoài: _____

_____

_____

_____

Khác biệt văn hóa: _____

_____

_____

_____

1. dù gì cũng / dù thế nào cũng... 「不管怎樣也⋯⋯ ／ 無論如何都⋯⋯」

◉ Bố mẹ đã luôn ở bên, chăm sóc chúng ta từ nhỏ nên dù thế nào chúng ta cũng phải nhớ công ơn và phụng dưỡng cha mẹ khi về già.

父母總是在我們身旁，從小照顧我們，所以無論如何都應該要牢記父母的養育之恩，以及當父母年老時要撫養他們。

Giải thích 語法說明

– Cấu trúc này dùng để biểu thị bất kể như thế nào cũng nên hoặc không nên làm việc gì đó, thường dùng để đưa ra lời khuyên. Có một số cách nói khác mang nghĩa tương tự như: "nói gì cũng / nói thế nào cũng / có gì cũng / có thế nào cũng".

– 本句型用於表示不管怎樣都應該、或是都不應該做某事，常用於給予他人建議。其他類似的表達方式有「nói gì cũng」（怎麼說也）、「nói thế nào cũng」（不管怎麼說也）、「có gì cũng」（有什麼也）、「có thế nào cũng」（無論如何都）。

Ví dụ

· Bạn đến Đài Bắc du lịch thì dù thế nào cũng phải tới thăm Đài Bắc 101.

· Anh ấy là người rất tốt và thân thiện nên bạn có nói thế nào tôi cũng không tin anh ấy là đồng phạm trong vụ án này.

· Sau khi ly hôn, cô ấy nói dù gì cũng sẽ nuôi con cái trưởng thành và không kết hôn thêm lần nào nữa.

· Anh ấy quyết tâm đầu tư vào dự án phi lợi nhuận này, dù chúng tôi nói thế nào anh ấy cũng không nghe.

· Mẹ của Mạnh Tử luôn tin tưởng ở con trai của mình, dù ai nói gì bà cũng không tin.

· Họ đã giúp đỡ tôi khi tôi gặp khó khăn nên nói gì thì tôi cũng cần trả món nợ ân tình này.

2. Cách đưa ra đề xuất hoặc kiến nghị「提出建議或意見時的說法」

⊙ Để giải quyết việc lao động nước ngoài ở Đài Loan thường gặp khó khăn trong khám bệnh và chăm sóc sức khỏe, tôi đề nghị mạnh mẽ rằng các ban ngành và chủ sử dụng lao động cần tạo điều kiện giúp lao động nước ngoài tham gia các chương trình đào tạo tiếng Trung cơ bản.

為了解決在台外籍移工經常面臨就醫和衛生保健的問題，我強烈建議政府各部會和用人單位需提供資源協助外籍移工參加基礎中文培訓計畫。

Giải thích 語法說明

– Bạn nên nói như thế nào khi muốn đưa ra một đề xuất? Liệu cụm từ mà bạn sử dụng có đủ mạnh mẽ và lịch sự? Hãy tham khảo các mẫu câu dưới đây để lựa chọn cho mình một cách nói phù hợp và hiệu quả.

– 當想提出建議時，你應該要怎麼說？你的用詞是否有足夠的力量同時又兼具禮貌呢？可參考以下句型，依語境選擇適當且能有效傳達意思的句子使用。

1. Tôi thực sự khuyên rằng...

   我真心建議……

2. Tôi đề nghị mạnh mẽ...

   我強烈建議……

3. Tôi khuyên bạn nên...

   我建議你應該……

4. Theo quan điểm của tôi, đã đến lúc bạn cần...

   根據我的看法，是該（做）……的時候了

5. Theo tôi thì giải pháp khả thi duy nhất lúc này là...

   我認為現在唯一可行的解決辦法是……

6. Tôi đề xuất rằng...

   我提議……

7. Tôi muốn đề xuất về…

我想針對……提出建議

8. Nếu tôi có thể đưa ra một đề xuất, tôi nghĩ…

如果我可以提出建議的話，我認為……

9. Tôi có một đề xuất liên quan đến…

我有一個提議，是關於……

10. Liệu nó có khả thi nếu…

不知道這是否可行，若……

11. Không gì tốt hơn nếu...

若……就再好不過了

Ví dụ

· Trong thời điểm dịch bệnh bùng phát như hiện nay, tôi đề nghị mạnh mẽ việc người dân hạn chế đi ra ngoài, trừ trường hợp thật sự cần thiết.

· Để giải quyết vấn đề ô nhiễm không khí thì theo tôi, giải pháp khả thi nhất lúc này là tiết kiệm điện và hạn chế sử dụng nhiên liệu hóa thạch.

· Về lĩnh vực ngoại giao, tôi đề xuất rằng chúng ta cần chủ động hơn nữa trong việc mở rộng quan hệ hợp tác đa phương với các tổ chức quốc tế.

· _____

_____

· _____

_____

· _____

_____

3. Cách biểu đạt mức độ quan trọng của vấn đề 「表示問題的重要程度時的說法」

◉ Sinh viên nên biết nhiều hơn một ngoại ngữ và có khả năng thích ứng nhanh với sự thay đổi. Tôi nghĩ điều này đặc biệt quan trọng, nhất là khi bạn muốn làm việc cho các tổ chức có yếu tố nước ngoài.

學生應該至少要會一種外語，以及有快速適應外在變化的能力。我認為這件事特別重要，尤其是當您想在外國相關的組織工作時。

Giải thích
語法說明

– Trong văn nói, khi muốn nhấn mạnh một vấn đề bạn có thể lặp lại các từ hoặc cụm từ chính để gây sự chú ý. Bạn cũng có thể sử dụng các mẫu câu dưới đây để thể hiện ý nghĩa đặc biệt và mức độ quan trọng của điều mà bạn muốn truyền đạt.

– 在口語中，當想強調一個問題時，可以重複關鍵字或片語來引起注意。另外，也可以用下面的例句表達想要傳達事物的特殊意義和重要性。

1. Tôi đặc biệt muốn nhấn mạnh rằng…

   我特別想強調的是……

2. Tôi nghĩ điều này đặc biệt quan trọng.

   我認為這件事特別重要。

3. Tôi cảm thấy vấn đề này đặc biệt quan trọng.

   我認為這個問題特別重要。

4. Tôi muốn nhấn mạnh về…

   我想強調……

5. Chúng ta không nên đánh giá thấp tầm quan trọng của…

   我們不應該低估……的重要性。

6. Chúng ta không thể bỏ qua việc…

   我們不能忽略……

7. Tôi tin rằng chúng ta cần thảo luận thêm về…

   我相信我們應該要再討論……

8. Tôi nghĩ rằng điều này chỉ là thứ yếu.

   我認為此事只是次要的。

9. Tôi e rằng tôi chưa hoàn toàn bị thuyết phục về…

   對於……我恐怕還沒完全被說服。

Ví dụ

· Để phát hiện sớm và điều trị kịp thời những bệnh nguy hiểm, chúng ta không nên bỏ qua việc kiểm tra sức khỏe định kỳ.

· Tôi e rằng tôi chưa hoàn toàn bị thuyết phục về tiềm năng của đồng tiền ảo nhưng tôi không phản đối việc bạn thử đầu tư vào nó.

· _____

   _____

· _____

   _____

· _____

   _____

· _____

   _____

· _____

   _____

· _____

   _____

4. không... đâu 「不……」

⊙ Hôm nay sẽ không nắng to đâu. Chúng ta đi leo núi đi.

今天太陽不會很大啦。我們去爬山吧。

Giải thích
語法說明

– Cấu trúc này được sử dụng để bày tỏ quan điểm mạnh mẽ của một người về điều gì đó.

– 此句型用來表達一個人對某事的強烈看法。

Ví dụ

· Những tình cảm và sự giúp đỡ anh đã dành cho tôi thật tuyệt vời nên dù mai này có mỗi người một nơi, tôi nhất định sẽ không bao giờ quên anh đâu.

· Con đã nói là con không muốn kết hôn sớm đâu.

· Em không muốn đi xem phim đâu. Chúng ta đi Viện Hải dương học chơi đi.

· _____

_____

· _____

_____

· _____

_____

· _____

_____

Luyện Nói 口語練習

1. **Hãy dùng các mẫu câu ở phần ngữ pháp để tiến hành thảo luận nhóm.**

   Lần thứ nhất: Hai đến ba sinh viên tạo thành một nhóm, cùng thảo luận về một số giải pháp để nâng cao hiệu quả trong việc học tiếng Việt. Hãy đưa ra những đề xuất của bản thân cho các thành viên khác trong nhóm.

   Lần thứ hai: Thay đổi thành viên giữa các nhóm và tiếp tục thảo luận về chủ đề đó.

   Chủ đề thảo luận tham khảo:

   Chủ đề 1: Áp dụng rộng rãi giờ làm việc linh hoạt.

   Chủ đề 2: Tăng ngày nghỉ từ hai ngày lên ba ngày một tuần.

   Chủ đề 3: Những đề xuất để hỗ trợ người lao động nước ngoài trong vấn đề pháp lý và sức khỏe.

   Chủ đề 4: Nên hay không cấm trẻ nhỏ chơi hoặc tham gia các môn thể thao nguy hiểm.

2. **Trong môi trường làm việc đa văn hóa, mỗi người đều có những mong muốn khác nhau. Hãy trình bày quan điểm cá nhân của bạn về vấn đề bình đẳng tại nơi làm việc. (Thời gian chuẩn bị là 2 phút và có 3 phút để nói.)**

Gợi ý: Nữ giới muốn gì? Nam giới muốn gì? Người trẻ muốn gì? Người già muốn gì? Người khuyết tật, người bản địa, người nước ngoài, người đồng tính,… muốn gì?

3. Làm quen và tạo một hội thoại ngắn với các từ liên quan đến lao động nước ngoài.

bảo hiểm lao động	勞工保險	tiền tăng ca	加班費
an toàn lao động	勞動安全	tuổi về hưu	退休年齡
nghỉ cưới	婚假	chính sách thuế	稅務政策；稅收政策
nghỉ ốm	病假	luật thuế	稅法
nghỉ vì việc riêng	事假	nộp thuế	納稅
thủ quỹ	出納	chi cục thuế	區稅務局（稽徵所）
thủ kho	倉庫管理員	thuế thu nhập doanh nghiệp	企業所得稅
công nhân kỹ thuật	技工	thuế thu nhập cá nhân	個人所得稅
công nhân thời vụ	臨時工	thuế môi trường	環境稅；生態稅
kỹ sư	工程師	thuế xây dựng	建築稅
nhân viên bán hàng	推銷員	thuế tiêu thụ đặc biệt	特種貨物及勞務稅（奢侈稅）
Phòng Công nghệ	資訊科技部門（IT）	thu nhập sau thuế	稅後所得
Phòng Nhân sự	人力資源部	Bộ Ngoại giao	外交部
Phòng Kế toán	會計部	Bộ Tài chính	財政部
Phòng Tài vụ	財務部	Bộ Xây dựng	建設部
Phòng Thiết kế	設計部	Bộ Tài nguyên và Môi trường	環境資源部
Văn phòng Giám đốc	經理辦公室	Bộ Lao động - Thương binh và Xã hội	勞動榮軍與社會事務部（相當於台灣的勞動部和社會局的結合）

Luyện Viết 寫作練習

1. Đặt câu với những từ và ngữ pháp cho sẵn.

1) trang bị: _____

_____

2) nhận thức: _____

_____

3) phiên bản: _____

_____

4) kích thích: _____

_____

5) công nhận: _____

_____

6) cống hiến: _____

_____

7) khoan dung: _____

_____

8) dù thế nào cũng...: _____

_____

2. Viết và thảo luận

1) Sưu tầm một video (5-10 phút) trên mạng với nội dung về lao động nước ngoài. Hãy đưa ra nhận xét và ý kiến cá nhân.

2) Viết ra 3 mục tiêu mà bạn muốn đạt được trong sự nghiệp của mình. Bạn hãy thử trả lời một số câu hỏi sau đây: Bạn muốn đạt được điều gì? Khi nào bạn muốn đạt được điều đó? Bạn muốn đạt được điều đó ở đâu? Tại sao bạn lại muốn đạt được điều đó? Bạn muốn chia sẻ điều đó với ai?

3) Hãy viết một câu chuyện về lao động nước ngoài với ít nhất 150 từ dựa trên các bức ảnh sau [2]:

chuyên gia

lao động kỹ thuật

lao động nông nghiệp

du lịch và tiêu dùng

Ca Dao và Tục Ngữ Thường Dùng 常用的歌謠與俗語   ▶MP3-12.5

Thành ngữ
"Múa rìu qua mắt thợ – 班門弄斧"

Thành ngữ "múa rìu qua mắt thợ" dùng để ví "ai đó cố làm hoặc khoe khoang một việc trước người khác mà không biết rằng người ta còn giỏi giang và thành thạo hơn hẳn" [3] . Khi nói về người khác, thành ngữ này có ý chê cười những người không biết tự lượng sức mình, cố ý thể hiện, khoe mẽ trước người khác. Ngược lại, khi nói về chính mình thì thành ngữ này thể hiện sự khiêm tốn, nhún nhường của người nói.

Tục ngữ
"Thương người như thể thương thân – 愛人如己"

Câu tục ngữ khuyên chúng ta cần có lòng thương người, biết giúp đỡ, yêu thương người khác như yêu thương chính bản thân và người thân của mình. Con người ai cũng sống trong một tập thể, một cộng đồng. Vì vậy không phân biệt màu da, sắc tộc hay quốc tịch, chúng ta hãy yêu thương, giúp đỡ lẫn nhau để xã hội ngày một tốt đẹp hơn.

Tài Liệu Tham Khảo 參考資料

[1] Vũ Thanh Liêm (2019). Lao động nước ngoài ở Việt Nam qua con số thống kê. Tạp chí Con số & Sự kiện.

https://consosukien.vn/lao-dong-nuoc-ngoai-o-viet-nam-qua-con-so-thong-k.htm

[2] 國立成功大學越南研究中心（2021）. 國際越南語認證導論：C 級解 - CẨM NANG LUYỆN THI iVPT CẤP ĐỘ C. 亞細亞國際傳播社 . ISBN 978-986-98887-5-2.

[3] Nguyễn Như Ý, Nguyễn Văn Khang, Phan Thành Xuân (2002). Từ điển thành ngữ tiếng Việt phổ thông. Nhà xuất bản Đại học Quốc gia Hà Nội.

國家圖書館出版品預行編目資料

高級越南語會話 / 潘氏清（Phan Thị Thanh）編著
-- 初版 -- 臺北市：瑞蘭國際, 2022.12
344面；21 × 29.7公分 --（外語學習系列；116）
ISBN：978-986-5560-93-5（平裝）
1.CST：越南語 2.CST：讀本

803.798   111019874

外語學習系列116

高級越南語會話

編著者｜潘氏清（Phan Thị Thanh）
責任編輯｜葉仲芸、王愿琦
校對｜潘氏清（Phan Thị Thanh）、葉仲芸、王愿琦

越南語錄音｜阮英中（Nguyễn Anh Trung）、范秋芳（Phạm Thu Phương）、杜杏兒（Đỗ Hạnh Nhi）、
　　　　　陳偉英（Trần Duy Anh）、何高魁（Hà Cao Khôi）
錄音室｜采漾錄音製作有限公司
封面設計、版型設計｜劉麗雪、陳如琪
內文排版｜陳如琪

瑞蘭國際出版
董事長｜張暖彗・社長兼總編輯｜王愿琦
編輯部
副總編輯｜葉仲芸・主編｜潘治婷
設計部主任｜陳如琪
業務部
經理｜楊米琪・主任｜林湲洵・組長｜張毓庭

出版社｜瑞蘭國際有限公司・地址｜臺北市大安區安和路一段104號7樓之一
電話｜(02)2700-4625・傳真｜(02)2700-4622・訂購專線｜(02)2700-4625
劃撥帳號｜19914152 瑞蘭國際有限公司
瑞蘭國際網路書城｜www.genki-japan.com.tw

法律顧問｜海灣國際法律事務所　呂錦峯律師

總經銷｜聯合發行股份有限公司・電話｜(02)2917-8022、2917-8042
傳真｜(02)2915-6275、2915-7212・印刷｜科億印刷股份有限公司
出版日期｜2022年12月初版1刷・定價｜680元・ISBN｜978-986-5560-93-5

瑞蘭國際

瑞蘭國際